- Mười Điều Răn -

Luật Pháp Của *Đức* Chúa Trời

Dr. Jaerock Lee

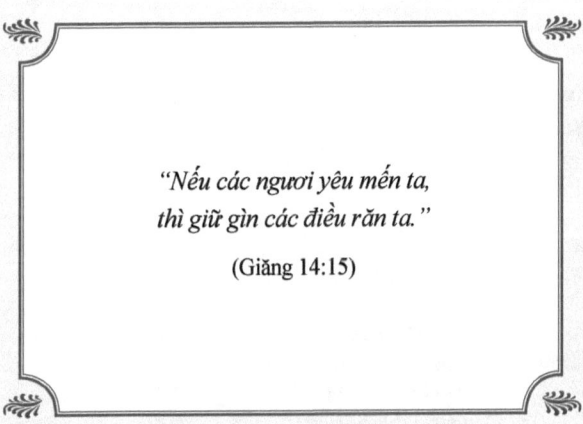

*"Nếu các ngươi yêu mến ta,
thì giữ gìn các điều răn ta."*

(Giăng 14:15)

Luật Pháp Của Đức Chúa Trời: Tiến Sĩ Jaerock Lee
Do Nhà Sách Urim xuất bản (Người đại diện: Seongnam Vin)
73, Yeouidaebang-ro 22-gil, Dongjak-gu, Seoul, Korea
www.urimbooks.com

Tất cả bản quyền đều được đăng ký. Không được sao chép sách nầy dưới bất kỳ hình thức nào khi chưa có sự cho phép của nhà xuất bản.

Trừ khi được đề cập đến, tất cả những phần trích dẫn Kinh Thánh đều được trích từ Kinh Thánh, bản dịch The Holy Bible in Vietnamese Old Version (Re-typeset) ®, Copyright © VNM – 2009-25M VNOV 42 – ISBN 978-1-921445-58-3 bởi United Bible Societies, 1998. Được dùng dưới sự cho phép.

Bản Quyền © 2019 bởi Tiến Sĩ Jaerock Lee
ISBN: 979-11-263-0463-9 03230
Bản Quyền Dịch Thuật © 2012 bởi Tiến Sĩ Esther K. Chung. Được phép sử dụng.

Đã được Urim Books xuất bản bằng tiếng Hàn, năm 2007, tại Seoul, Hàn Quốc

Xuất Bản lần thứ nhất tháng 2 năm 2019

Biên tập bởi Tiến sĩ Geumsun Vin
Thiết kế bởi Ban Biên tập Sách Urim Book
Công ty in ấn Yewon ấn hành
Để biết thêm thông tin: urimbook@hotmail.com

Lời Nói Đầu

Trong khi đang mục vụ, tôi nhận được rất nhiều câu hỏi như là. "Đức Chúa Trời ở đâu?" hoặc "Hãy chỉ cho tôi thấy Đức Chúa Trời," "Làm sao tôi có thể gặp được Đức Chúa Trời?" Người ta hỏi những câu hỏi như thế này là vì họ không biết làm sao để gặp được Đức Chúa Trời. Nhưng cách để gặp được Đức Chúa Trời còn dễ hơn chúng ta nghĩ. Chúng ta có thể đơn giản gặp Đức Chúa Trời bằng cách học những điều răn của Ngài và làm theo. Tuy nhiên, mặc dù nhiều người biết sự thật này bằng lý trí của họ, nhưng họ lại không làm theo những điều răn của Ngài vì họ không hiểu ý nghĩa thuộc linh thật đã cấm buộc trong mỗi điều răn, nó bày tỏ kết quả của sự yêu thương sâu sắc của Cha Thiên Thượng dành cho chúng ta.

Cũng như một cá nhân cần được giáo dục đúng đắn để chuẩn bị đối diện với xã hội, thì một con cái của Đức Chúa Trời cũng cần được giáo dục đúng đắn để được chuẩn bị đối diện với thiên đàng. Đây là nơi luật của Đức Chúa Trời bước vào. Luật của Đức Chúa Trời, hay Mười Điều Răn của Ngài, phải được dạy cho tất cả những người mới được sanh lại trong nhà Đức Chúa Trời và phải được áp dụng trong từng đời sống Cơ Đốc. *Luật Pháp Của Đức Chúa Trời* là những điều răn mà Ngài đã lập ra cho chúng ta như một cách để đến gần được với Ngài hơn, để nhận được sự đáp lời từ Ngài, và được ở cùng với Ngài. Mặt khác, học *Luật Pháp Của Đức Chúa Trời* là tấm vé cho chúng ta gặp Ngài.

Khoảng 1446 B.C., sau khi dân Y-sơ-ra-ên rời khỏi xứ Ê-díp-tô, Đức Chúa Trời đã muốn dẫn họ vào xứ đượm sữa và mật, nói cách khác thì đó là xứ Ca-na-an. Để điều này xảy ra, thì dân Y-sơ-ra-ên cần phải hiểu biết ý muốn của Đức Chúa Trời, và họ cũng cần phải biết ý nghĩa thật để trở thành con cái của Đức Chúa Trời là gì. Đó là lý do mà Đức Chúa Trời yêu thương đã khắc lên Mười Điều Răn, tóm tắt ngắn gọn tất cả mọi luật lệ của Đức Chúa Trời vào trong hai bảng đá (Xuất Ê-díp-tô Ký 24:12). Sau đó Ngài đã ban hai bảng luật pháp này cho Môi-se để ông có thể giáo dục dân Y-sơ-ra-ên làm sao để ở nơi Đức Chúa Trời muốn, mà chính xác, ở trong sự hiện diện của Ngài, bằng cách dạy cho họ những bổn phận khi làm con cái của Đức Chúa Trời.

Khoảng ba mươi năm trước, sau khi tôi gặp gỡ được Đức Chúa Trời hằng sống, tôi đã đến học và vâng theo các luật lệ của Ngài trong lúc đang tham dự trong hội thánh và tìm kiếm tất cả sự phục hưng mà tôi có thể. Bắt đầu bỏ hút thuốc và uống rượu, tôi đã học giữ ngày Sa-bát là ngày thánh, trung tín dâng hiến một phần mười, cầu nguyện, ...Trong một cuốn sổ ghi chép nhỏ, tôi bắt đầu ghi ra những tội lỗi mà tôi không thể bỏ được ngay. Rồi tôi kiêng ăn và cầu nguyện, xin Chúa giúp tôi vâng theo được điều răn của Ngài. Phước hạnh tôi nhận được là một kết quả đáng ngạc nhiên!

Thứ nhất, Đức Chúa Trời đã ban phước cho gia đình tôi về thuộc thể cho nên không một ai trong chúng tôi đau yếu. Sau đó, Ngài đã ban phước cho chúng tôi nhiều phước hạnh về tài chánh đến nỗi chúng tôi có thể thoải mái tập trung giúp đỡ những người khó khăn. Cuối cùng, Ngài tuôn đổ các phước hạnh thuộc linh đến trên tôi khiến tôi bây giờ có thể lãnh đạo một chức vụ toàn cầu nhắm vào truyền giáo và các sứ mạng thế giới.

Nếu bạn học các điều răn của Đức Chúa Trời và vâng theo, thì không chỉ bạn sẽ được thạnh vượng trong mọi lạnh vực cuộc sống, mà bạn sẽ còn có thể kinh nghiệm được sự vinh quang chiếu sáng như mặt trời mỗi khi bạn bước vào vương quốc đời đời của Ngài.

Sách *Luật Pháp Của Đức Chúa Trời* là một sự biên soạn của nhiều bài giảng dựa trên Lời Đức Chúa Trời, và được soi dẫn về "Mười Điều Răn" mà tôi đã nhận được trong lúc kiêng ăn và cầu nguyện ngay sau khi bắt đầu chức vụ. Qua những sứ điệp này, nhiều tín hữu đã hiểu được tình yêu của Đức Chúa Trời, đã bắt đầu sống một đời sống vâng giữ các điều răn của Ngài, và bằng cách ấy đã được thạnh vượng về thuộc linh và các lãnh vực khác trong đời sống của họ. Hơn nữa, nhiều tín hữu đã kinh nghiệm nhận được sự đáp lời trong mọi lời cầu nguyện. Quan trọng nhất là tất cả họ đều có một hy vọng lớn hơn về thiên đàng.

Để bạn hiểu được ý nghĩa thuộc linh về Mười Điều Răn đã được thảo luận trong sách này, và để hiểu được tình yêu sâu sắc của Đức Chúa Trời Đấng ban cho chúng ta Mười Điều Răn và quyết định sống vâng theo các điều răn của Ngài, thì tôi có thể bảo đảm rằng bạn sẽ nhận được những phước hạnh kì diệu từ nơi Chúa. Trong Phục Truyền Luật Lệ Ký 28:1-2, nói rằng bạn sẽ được phước trong mọi lúc: *"Nếu ngươi nghe theo tiếng phán của Giê-hô-va Đức Chúa Trời ngươi cách trung thành, cẩn thận làm theo mọi điều răn của Ngài, mà ta truyền cho ngươi ngày nay, thì Giê-hô-va Đức Chúa Trời ngươi sẽ ban cho ngươi sự trổi hơn mọi dân trên đất. Nếu ngươi nghe theo tiếng phán của Giê-hô-va Đức Chúa Trời ngươi, nầy là mọi phước lành sẽ giáng xuống trên mình ngươi."*

Tôi muốn cảm ơn Geumsun Vin, Giám Đốc Ban Biên Tập Urim Books, và đội ngũ nhân viên của bà đã cống hiến và đóng góp rất quý báu để làm ra quyển sách này. Tôi cũng cầu nguyện trong danh Chúa Giê-su cho tất cả những ai đọc qua quyển sách này đều sẽ dễ dàng hiểu luật pháp của Đức Chúa Trời, và vâng giữ các điều răn của Ngài để càng trở lên là một con cái của Đức Chúa Trời được yêu và được phước hạnh hơn.

Jaerock Lee

Lời Giới Thiệu

Chúng tôi xin dâng mọi sự vinh hiển cho Cha Thiên Thượng vì đã cho phép chúng tôi chọn ra bài học về Mười Điều Răn, chứa đựng tấm lòng và ý muốn của Đức Chúa Trời vào trong quyển sách *Luật Pháp Của Đức Chúa Trời*.

Thứ nhất, "Tình yêu của Đức Chúa Trời Chứa Đựng trong Mười Điều Răn," cung cấp cho độc giả những thông tin căn bản cần thiết về Mười Điều Răn. Trả lời cho câu hỏi, "Mười Điều Răn chính xác là cái gì?" Chương này cũng giải thích Đức Chúa Trời ban cho chúng ta Mười Điều Răn vì Ngài yêu chúng ta, và rút cục thì Ngài muốn ban phước cho chúng ta. Nên khi chúng ta vâng theo từng điều răn bằng quyền năng trong tình yêu của Đức Chúa Trời, thì chúng ta có thể nhận được tất cả mọi phước hạnh mà Ngài đã để dành sẵn cho chúng ta.

Trong "Điều Răn Thứ Nhất," chúng ta học biết rằng nếu bất

cứ ai yêu mến Đức Chúa Trời, thì anh hay chị ấy có thể dễ dàng vâng theo các điều răn của Ngài. Chương này cũng đi qua câu hỏi tại sao điều răn thứ nhất Đức Chúa Trời lại truyền lệnh cho chúng ta trước mặt Ngài không được thờ lạy các thần tượng khác.

"Điều Răn Thứ Hai" bao hàm cả tầm quan trọng của việc không thờ lạy các thần giả – hay trong một ý nghĩa thuộc linh – hay bất cứ điều gì mà người ta có thể yêu hơn Đức Chúa Trời. Ở đây, chúng ta cũng học biết về những hậu quả thuộc linh chúng ta thờ lạy các thần giả và khi chúng ta không thờ, những phước hạnh và những sự rủa sả đặc biệt đến trên đời sống của chúng ta như một kết quả.

Chương "Điều Răn Thứ Ba" giải thích ý nghĩa của việc lấy danh Chúa làm chơi là gì, người ta phải làm gì để tránh phạm tội này.

Trong "Điều Răn Thứ Tư" chúng ta học biết về nghĩa thật của ngày "Sa-bát," và tại sao ngày Sa-bát đã đổi từ ngày thứ Bảy sang ngày Chúa Nhật, chuyển từ Cựu Ước sang Tân Ước. Chương này cũng giải thích chính xác chuyện người ta có thể giữ ngày Sa-bát là ngày thánh như thế nào, chủ yếu trong ba cách khác nhau. Chương cũng mô tả những điều kiện ngoại lệ có thể áp dụng được – khi làm việc và giao dịch làm ăn có thể được cho phép.

"Điều Răn Thứ Năm" giải thích chi tiết cách người ta phải hiếu kính với cha mẹ. Chúng ta cũng học biết về sự tôn kính Đức Chúa Trời, Cha của linh hồn chúng ta là gì, và những loại phước hạnh chúng ta nhận được khi chúng ta tôn kính Ngài là gì, và hiếu kính với cha mẹ thuộc thể của chúng ta là gì trong Lẽ Thật của Ngài.

Chương "Điều Răn Thứ Sáu" bao gồm hai phần: Phần thứ nhất tập trung vào tội giết người vật lý, và phần thứ hai giải thích thuộc linh về tội giết người trong lòng người ta, mà nhiều tín hữu có thể phạm tội này, nhưng ít khi họ nhận ra mình đang phạm tội này. "Điều Răn Thứ Bảy" nói đến sự phạm tội tà dâm vật lý và phạm tội tà dâm trong lòng hay trong tư tưởng con người, cả hai tội thực sự đều kinh hoàng. Chương này cũng trình bày về ý nghĩa thuộc linh của tội tà dâm, và tiến trình cầu nguyện kiêng ăn, mà người ta có thể quăng xa được tội lỗi này qua sự giúp đỡ của Đức Thánh Linh và ân điển quyền năng của Đức Chúa Trời.

"Điều Răn Thứ Tám" miêu tả về định nghĩa của sự trộm cướp thuộc thể và định nghĩa về sự trộm cướp thuộc linh. Chương này cũng giải thích rõ người ta có thể phạm tội ăn cắp của Đức Chúa Trời do không dâng một phần mười và các phần dâng hiến khác hoặc thậm chí do quản trị sai lệch với lời Chúa. "Điều Răn Thứ Chín" đề cập đến ba loại làm chứng dối hay nói dối khác nhau. Chương này cũng nhấn mạnh cách người ta có thể nhổ rễ đắng trong lòng bằng cách đổ đầy lẽ thật vào trong lòng.

"Điều Răn Thứ Mười" giải thích về những trường hợp chúng ta có thể tham của người lân cận. Chúng ta cũng học ở đây, phước hạnh thật là khi chúng ta được thịnh vượng về phần hồn, vì khi chúng ta được thạnh vượng về phần hồn, chúng ta sẽ nhận được phước hạnh về sự thạnh vượng trong mọi lãnh vực của cuộc sống.

Cuối cùng, chương còn lại "Tuân Thủ Luật Pháp Của Đức Chúa Trời," khi chúng ta học về chức vụ của Chúa Giê-su Christ Đấng đổ đầy Luật Pháp bằng tình yêu thương, chúng ta biết rằng chúng ta phải có tình yêu thương để làm trọn lời của Đức Chúa Trời.

Tôi hy vọng chủ đề này sẽ giúp các bạn, độc giả hiểu rõ về ý nghĩa thuộc linh của Mười Điều Răn. Và khi các bạn vâng theo các điều răn của Ngài, các bạn có thể luôn luôn ở trong sự hiện diện sáng láng của Đức Chúa Trời. Tôi cũng cầu nguyện trong danh Chúa chúng ta rằng trong lúc thực thi luật pháp của Ngài, các bạn được tiến tới trong đời sống thuộc linh, mọi lời cầu nguyện của các bạn đều được đáp lời, và những phước hạnh của Ngài cứ tuôn chảy trong mọi lãnh vực của cuộc sống!

Geumsun Vin
Giám Đốc Ban Biên Tập

Mục Lục

Lời Nói Đầu
Lời Giới Thiệu

Chương 1
Tình yêu của Đức Chúa Trời Chứa Đựng trong
Mười Điều Răn   1

Chương 2 Điều Răn Thứ Nhất
"Trước mặt ta, ngươi chớ có các thần khác"   13

Chương 3 Điều Răn Thứ Hai
"Ngươi Chớ Làm Tượng Chạm Cho Mình
cũng Chớ Quì lạy Nó"   29

Chương 4 Điều Răn Thứ Ba
"Ngươi Chớ Lấy Danh Giê-hô-va Đức Chúa Trời
Ngươi Mà Làm Chơi"   51

Chương 5 Điều Răn Thứ Tư
"Hãy Nhớ Ngày Nghỉ Đặng Làm Nên Ngày Thánh"   67

Chương 6 Điều Răn Thứ Năm
"Hãy Hiếu Kính Cha Mẹ Ngươi"   87

Chương 7 Điều Răn Thứ Sáu
"Ngươi Chớ Giết Người" 101

Chương 8 Điều Răn Thứ Bảy
"Ngươi Chớ Phạm Tội Tà Dâm" 117

Chương 9 Điều Răn Thứ Tám
"Ngươi Chớ Trộm Cướp" 135

Chương 10 Điều Răn Thứ Chín
"Ngươi Chớ Nói Chứng Dối Cho Kẻ Lân Cận Mình" 151

Chương 11 Điều Răn Thứ Mười
"Ngươi Chớ Tham Nhà Kẻ Lân Cận Ngươi" 165

Chương 12
Tuân Thủ Luật Pháp Của Đức Chúa Trời 181

CHƯƠNG 1

Tình yêu của Đức Chúa Trời Chứa Đựng trong Mười Điều Răn

Xuất Ê-díp-tô Ký 20:5-6

"Ngươi chớ quì lạy trước các hình tượng đó, và cũng đừng hầu việc chúng nó; vì ta là Giê-hô-va Đức Chúa Trời ngươi, tức là Đức Chúa Trời kỵ tà, hễ ai ghét ta, ta sẽ nhân tội tổ phụ phạt lại con cháu đến ba bốn đời, và sẽ làm ơn đến ngàn đời cho những kẻ yêu mến ta và giữ các điều răn ta."

Bốn ngàn năm trước, Đức Chúa Trời đã chọn Áp-ra-ham là cha của đức tin. Đức Chúa Trời đã ban phước cho Áp-ra-ham và lập một giao ước với ông, Ngài hứa sẽ làm cho dòng dõi của ông "đông như sao trên trời và như cát dưới biển." Trong thời của ông, Đức Chúa Trời thành tín đã thiết lập lên dân tộc Y-sơ-ra-ên qua mười hai cháu trai của Áp-ra-ham, Gia-cốp. Dưới sự chuẩn bị của Đức Chúa Trời, Gia-cốp và các con trai của ông đã di cư đến Ê-díp-tô để tránh nạn đói và sống ở đó 400 năm. Đây là kế hoạch yêu thương của Đức Chúa Trời nhằm bảo vệ họ khỏi sự xâm chiếm của các dân Ngoại cho đến khi họ có thể trở thành một dân lớn hơn và mạnh hơn.

Gia đình của Gia-cốp đã phát triển từ con số bảy mươi người – khi họ di cư lần đầu tiên đến Ê-díp-tô – thành một con số lớn mạnh đủ để hình thành một dân tộc. Và khi dân tộc này đã phát triển mạnh hơn, Đức Chúa Trời lại chọn một người với cái tên là Môi-se để trở thành người lãnh đạo của dân Y-sơ-ra-ên. Sau đó Đức Chúa Trời dẫn những người này vào trong Xứ Đất Hứa Ca-na-an, nơi đượm sữa và mật.

Mười Điều Răn là những lời yêu thương mà Đức Chúa Trời đã ban cho dân Y-sơ-ra-ên trong lúc dẫn họ đi vào Xứ Đất Hứa.

Để dân Y-sơ-ra-ên có thể bước vào vùng đất phước hạnh Ca-na-an, họ phải đáp ứng được hai tiêu chuẩn: Họ phải tin cậy Đức Chúa Trời, và họ phải vâng lời Ngài. Tuy nhiên, nếu không đặt ra một tiêu chuẩn về đức tin và sự vâng lời thì họ sẽ không hiểu ý nghĩa thật của đức tin và sự vâng lời là gì. Đó là lý do tại sao Đức Chúa Trời đã ban cho họ Mười Điều Răn qua người lãnh đạo của họ là Môi-se.

Mười Điều Răn là một danh sách luật lệ, đặt ra một tiêu chuẩn cho con người làm theo, nhưng Đức Chúa Trời không độc đoán ép họ vâng phục theo những điều răn này. Chỉ sau khi bày tỏ và làm cho họ kinh nghiệm được quyền năng phép lạ của Ngài – bằng cách sai mười tai họa đến cho dân Ê-díp-tô, rẽ nước Biển Đỏ, biến nước đắng thành nước ngọt ở Ma-ra, nuôi dân Y-sơ-ra-ên bằng Ma-na và thịt chim cút – rồi Ngài mới ban cho họ Mười Điều Răn để làm theo.

Điều quan trọng nhất ở đây là tất cả lời Đức Chúa Trời, bao gồm trong Mười Điều Răn, không chỉ ban cho dân Y-sơ-ra-ên, mà còn ban cho tất cả những ai tin Ngài ngày hôm nay, như một biện pháp nhanh chóng để nhận được tình yêu và phước hạnh của Đức Chúa Trời.

Tấm Lòng Của Đức Chúa Trời Đấng Ban Ra Các Điều Răn

Khi nuôi dạy con cái, cha mẹ dạy cho con vô số các nguyên tắc: Các nguyên tắc đó như "Con phải rửa tay sau khi chơi ở bên ngoài," hoặc "luôn luôn phải tự đắp mền cho mình khi ngủ," hoặc "không bao giờ được sang đường khi có dấu hiệu đèn đỏ cho người đi bộ."

Cha mẹ không đưa dồn dập tất cả các nguyên tắc để làm khó chúng. Họ dạy tất cả những nguyên tắc này cho con cái của họ vì họ yêu chúng. Đó là niềm khao khát tự nhiên của cha mẹ muốn bảo vệ con cái khỏi bệnh tật và nguy hiểm, giữ cho chúng được an toàn, và giúp chúng sống bình an trong suốt cả cuộc đời. Lý do này cũng giống như lý do Đức Chúa Trời ban Mười Điều Răn cho chúng ta, là những con cái của Ngài: vì ngài yêu chúng ta.

Trong Xuất Ê-díp-tô Ký 15:26, Đức Chúa Trời phán, *"Nếu ngươi chăm chỉ nghe lời Giê-hô-va Đức Chúa Trời ngươi, làm sự ngay thẳng trước mặt Ngài, lắng tai nghe các điều răn và giữ mọi luật lệ Ngài, thì ta chẳng giáng cho ngươi một trong các bịnh nào mà ta đã giáng cho xứ Ê-díp-tô; vì ta là Đức Giê-hô-va, Đấng chữa bịnh cho ngươi."*

Trong Lê-vi Ký 26:3-5 *"Nếu các ngươi tuân theo luật pháp ta, gìn giữ các điều răn ta và làm theo, thì ta sẽ giáng mưa thuận thì, đất sẽ sanh hoa lợi, và cây ngoài đồng sẽ kết bông trái. Mùa đập lúa sẽ lần đến mùa hái nho, mùa hái nho sẽ lần đến mùa gieo mạ; các ngươi sẽ ăn no, ở bình yên trong xứ mình."*

Đức Chúa Trời ban cho chúng ta những điều răn này để chúng ta có thể biết cách tìm gặp Ngài, nhận những phước hạnh của Ngài và sự đáp lời cho những lời cầu nguyện của chúng ta, và cuối cùng là để cho chúng ta được sống bình an vui mừng trong cuộc sống.

Lý do nữa mà chúng ta phải vâng theo các luật lệ của Đức Chúa trời, bao gồm trong Mười Điều Răn, là vì những luật lệ công bình trong thế giới thuộc linh. Cũng như mỗi dân tộc có một bộ luật riêng, thì vương quốc của Đức Chúa Trời cũng phải có luật thuộc linh được chính Đức Chúa Trời thiết lập. Mặc dù Đức Chúa Trời đã sáng tạo ra vũ trụ này và Ngài là Đấng Sáng Tạo Đấng điều khiển hoàn toàn trên sự sống và sự chết, trên rủa sả và phước hạnh, nhưng Ngài cũng không phải là một Đấng cực quyền. Đây là lý do mà dù Ngài là Đấng Sáng Tạo ra các luật lệ, thì Chính Ngài cũng nghiêm khắc tuân thủ theo những luật lệ này.

Cũng giống như vậy, là công dân của một quốc gia chúng ta phải tuân thủ theo các luật lệ, nếu chúng ta đã tiếp nhận Chúa Giê-su Christ là Đấng Cứu Chuộc và đã trở thành con cái của Đức Chúa Trời thì như thế chúng ta là công dân của nước Ngài, chúng ta cũng phải tuân thủ công bằng các luật lệ của Đức Chúa Trời và của nước Ngài.

1 Các Vua 2:3 chép rằng, *"Hãy giữ điều Giê-hô-va Đức Chúa Trời muốn con giữ, để đi trong đường lối Ngài, gìn giữ những luật pháp, điều răn, mạng lịnh, và sự dạy dỗ của Ngài, y như đã chép trong luật pháp của Môi-se, hầu cho con làm điều chi hay là đi nơi nào cũng đều được thành công."*

Tuân thủ các luật lệ của Đức Chúa Trời nghĩa là vâng lời Đức Chúa Trời, bao gồm Mười Điều Răn, được ghi chép trong Kinh Thánh. Khi các bạn tuân theo những luật lệ này, các bạn có thể nhận được sự bảo vệ và những phước hạnh của Ngài cũng như sự thạnh vượng ở bất cứ nơi nào các bạn đi.

Mặt khác, khi các bạn phá vỡ luật pháp, kẻ thù Sa-tan có quyền mang đến những sự cám dỗ và thử thách đến cho các bạn, nên Đức Chúa Trời không thể bảo vệ bạn. Phá các luật lệ của Đức Chúa Trời là phạm tội, và như thế nó trở thành nô lệ cho tội lỗi và Sa-tan, kẻ cuối cùng sẽ dẫn các bạn đến địa ngục.

Đức Chúa Trời Muốn Ban Phước Cho Chúng Ta

Lý do chính mà Đức Chúa Trời ban cho chúng ta Mười Điều Răn là vì Ngài yêu chúng ta và muốn ban phước cho chúng ta. Ngài không chỉ muốn chúng ta kinh nghiệm được những phước hạnh đời đời trên thiên đàng, mà Ngài còn muốn chúng ta nhận được những phước hạnh của Ngài ở trên đất cũng như được thạnh vượng trong tất cả những gì chúng ta làm ở đây. Khi chúng ta nhận ra tình yêu này của Đức Chúa Trời, chúng ta chỉ còn có thể cảm tạ Đức Chúa trời đã ban cho chúng ta các điều răn và vui mừng vâng theo các điều răn của Ngài.

Chúng ta có thể thấy rằng con cái, mỗi khi chúng thực sự nhận ra cha mẹ của chúng yêu chúng biết dường nào, thì chúng sẽ hết sức cố gắng vâng lời cha mẹ. Ngay cả khi chúng không vâng lời cha mẹ và bị kỷ luật, thì chúng cũng hiểu rằng cha mẹ của chúng đang hành động vì tình yêu thương, nên chúng có thể nói, "Mẹ ơi/Ba ơi, lần sau con sẽ cố gắng tốt hơn," và sà vào trong vòng tay của cha mẹ. Khi chúng trưởng thành và có một sự hiểu biết sâu hơn về tình cảm của cha mẹ cũng như sự quan tâm dành cho chúng, chúng sẽ tuân theo những sự dạy dỗ của cha mẹ để làm cho cha mẹ vui lòng.

Tình yêu thật của cha mẹ sẽ là động lực để con cái vâng lời. Cũng giống như vậy, vì tình yêu của Đức Chúa Trời mà chúng ta tuân thủ theo mọi lời phán của Đức Chúa Trời được chép trong Kinh Thánh. Con người cố gắng hết sức để tuân thủ theo các điều răn mỗi khi họ hiểu rằng Đức Chúa Trời yêu họ đến nỗi Ngài đã sai chính Con độc sanh của Ngài, Chúa Giê-su Christ đến thế gian để chết trên thập tự giá vì chúng ta.

Nói tóm lại, đức tin chúng ta có càng lớn bao nhiêu trong sự kiện Chúa Giê-su Christ, Đấng chẳng hề có tội lỗi nào, lại mang lấy tất cả các sự bắt bớ khi Ngài chết trên thập tự giá vì tội lỗi của chúng ta, thì sự vui mừng chúng ta có cũng càng lớn bấy nhiêu khi chúng ta vâng theo các điều răn này.

Những Phước Hạnh Chúng Ta Nhận Được Khi Chúng Ta Tuân Theo Các Điều Răn Của Ngài

Các tổ phụ đức tin của chúng ta, những người đã vâng theo mọi lời phán của Đức Chúa Trời và sống nghiêm khắc theo các điều răn của Ngài, đã nhận được những phước hạnh lớn và hết lòng tôn cao Cha Thiên Thượng. Và ngày nay, họ đang chiếu sáng trên chúng ta ánh sáng đời đời của lẽ thật mà chẳng hề tàn. Áp-ra-ham, Đa-ni-ên, và sứ đồ Phao-lô là một trong những người của đức tin. Và ngay cả ngày nay, vẫn có những con người của đức tin, cứ tiếp tục làm như những người này đã làm.

Thí dụ, tổng thống thứ mười sáu của nước Mỹ, Áp-ra-ham Lincoln chỉ có chín tháng học hành, nhưng vì nhân cách và đức hạnh đáng khen ngợi, nên ông được yêu mến và được nhiều người ngày nay tôn trọng. Mẹ của Áp-ra-ham, Nancy Hanks Lincoln, đã qua đời khi Lincoln mới được chín tuổi, nhưng trong lúc bà còn sống, bà đã dạy cho Lincoln nhớ những câu kinh thánh ngắn và vâng theo các điều răn của Ngài.

Và khi bà biết mình sắp qua đời, bà đã gọi con trai mình đến và dặn lại những lời cuối cùng, "Mẹ muốn con yêu mến Đức Chúa Trời và vâng giữ các điều răn của Ngài." Khi Áp-ra-ham Lincoln lớn lên, ông trở thành một chính trị gia nổi tiếng, và đã thay đổi lịch sử với cuộc cách mạng bãi bỏ nô lệ, sáu mươi sáu sách luôn luôn sát cánh bên ông. Có nhiều người giống như Lincoln, họ gần gũi với Đức Chúa Trời và tuân theo lời Ngài, nên Đức Chúa Trời luôn luôn bày tỏ cho họ chứng cớ về tình yêu thương của Ngài.

Không lâu sau khi tôi bắt đầu hội thánh đầu tiên của chúng tôi, tôi đã thăm viếng một cặp vợ chồng đã kết hôn nhiều năm nhưng không thể sanh con. Với sự hướng dẫn của Đức Thánh Linh, tôi đã hướng dẫn thờ phượng và chúc phước cho cặp vợ chồng này. Sau đó tôi đưa ra một yêu cầu. Tôi đề nghị họ hãy giữ ngày Sa-bát là ngày thánh bằng sự thờ phượng Đức Chúa Trời mỗi ngày Chúa Nhật, dâng hiến một phần mười, và vâng theo Mười Điều Răn.

Cặp tân tín hữu này đã bắt đầu tham dự thờ phượng vào mỗi Chúa Nhật và dâng hiến một phần mười, làm theo các điều răn của Đức Chúa Trời. Kết quả là họ đã nhận được phước hạnh về sự sanh đẻ và đã sanh ra những đứa con khỏe mạnh. Không chỉ có như vậy, mà họ còn nhận được rất nhiều những phước hạnh về tài chánh. Bây giờ, người chồng đã hầu việc Chúa trong hội thánh như một trưởng lão, và cả gia đình là một mạnh thường quân trong sự cứu tế và truyền giáo.

Tuân thủ theo các điều răn của Đức Chúa Trời giống như nắm giữ một ngọn đèn ở một nơi cực tối. Khi chúng ta có đèn sáng, chúng ta không lo bị vấp phải cái gì trong bóng tối. Cũng giống như vậy, khi Đức Chúa Trời là sự sáng, ở cùng với chúng ta, Ngài bảo vệ chúng ta trong mọi hoàn cảnh, và chúng ta có thể vui hưởng các phước hạnh và uy quyền đã để dành sẵn cho tất cả con cái của Đức Chúa Trời.

Bí Quyết Để Nhận Được Mọi Thứ Khi Bạn Cầu Xin

Trong 1 Giăng 3:21-22 nói, *"Hỡi kẻ rất yêu dấu, ví bằng lòng mình không cáo trách, thì chúng ta có lòng rất dạn dĩ, đặng đến gần Đức Chúa Trời: và chúng ta xin điều gì mặc* dầu, thì nhận được điều ấy, bởi chúng ta vâng giữ các điều răn của Ngài và làm những điều đẹp ý Ngài." Có tuyệt vời không khi biết rằng nếu chúng ta chỉ vâng theo các điều răn được chép trong Kinh Thánh và làm những việc đẹp lòng Đức Chúa Trời, chúng ta có thể dạn dĩ cầu xin bất cứ điều gì thì Ngài sẽ ban cho chúng ta? Đức Chúa Trời sẽ vui biết bao khi Ngài nhìn con cái Ngài vâng giữ lời của Ngài bằng ánh mắt sáng ngời và có thể đáp mọi lời cầu nguyện của họ, theo luật của thế giới thuộc linh.

Đây là lý do tại sao Mười Điều Răn của Đức Chúa Trời lại giống như một quyển sách giáo khoa về tình yêu, dạy chúng ta cách tốt nhất để nhận được những phước hạnh của Đức Chúa Trời trong lúc đang được nuôi dưỡng trên đất này. Các điều răn dạy chúng ta cách làm thế nào chúng ta có thể tránh được những tai họa hay dịch bệnh và cách làm thế nào chúng ta có thể nhận lãnh phước hạnh.

Đức Chúa Trời không ban cho chúng ta các điều răn để hình phạt những ai không làm theo, nhưng để cho chúng ta vui hưởng những phước hạnh đời đời trong nước thiên đàng tuyệt đẹp của Ngài bằng cách giữ các điều răn của Ngài (1 Ti-mô-thê 2:4). Khi các bạn cảm nhận và hiểu được tấm lòng của Đức Chúa Trời và sống theo các điều răn của Ngài, thì các bạn còn có thể nhận được tình yêu của Ngài nhiều hơn.

Hơn nữa, khi các bạn nghiên cứu kỹ lưỡng từng điều răn,

và khi các bạn hoàn toàn vâng theo từng điều răn với năng lực mà Đức Chúa Trời đã ban cho, thì các bạn sẽ nhận được tất cả những phước hạnh mà các bạn muốn nhận từ Ngài.

Chương 2

Điều Răn Thứ Nhất

"Trước mặt ta, ngươi chớ có các thần khác"

Xuất Ê-díp-tô Ký 20:1-3

Bấy giờ, Đức Chúa Trời phán mọi lời nầy, rằng: Ta là Giê-hô-va Đức Chúa Trời ngươi, đã rút ngươi ra khỏi xứ Ê-díp-tô, là nhà nô lệ. Trước mặt ta, ngươi chớ có các thần khác.

Hai người yêu nhau cảm thấy vui khi họ ở bên nhau. Đó là lý do mà hai người yêu nhau thậm chí không cảm thấy lạnh khi họ bên nhau giữa mùa đông, và đó là lý do mà họ có thể làm bất cứ việc gì mà người kia yêu cầu họ làm, cho dù công việc có khó đến đâu, miễn là làm được cho người kia vui. Ngay cả họ phải hy sinh vì người kia, họ cũng cảm thấy vui vì họ có thể làm cho người kia, và họ cảm thấy hạnh phúc khi nhìn thấy niềm vui trên khuôn mặt người bạn mình.

Nó cũng giống như tình yêu của chúng ta dành cho Đức Chúa Trời. Nếu chúng ta yêu Đức Chúa Trời thật, thì vâng theo các điều răn của Ngài không phải là gánh nặng; hơn nữa nó mang lại cho chúng ta niềm vui.

Mười Điều Răn Mà Con Cái Của Đức Chúa Trời Phải Vâng Giữ

Ngày nay, một số người tự xưng mình là tín hữu nói, "Làm sao chúng ta có thể vâng lời hết tất cả Mười Điều Răn của Đức Chúa Trời?" Về cơ bản họ nói con người không ai hoàn hảo cả, không có cách nào chúng ta có thể hoàn toàn vâng giữ hết Mười Điều Răn. Chúng ta chỉ có thể cố gắng giữ hết các điều răn mà thôi.

Nhưng trong 1 Giăng 5:3 chép: *"Vì nầy là sự yêu mến Đức Chúa Trời, tức là chúng ta vâng giữ điều răn Ngài. Điều răn của Ngài chẳng phải là nặng nề.*" Nghĩa là chúng ta yêu mến Đức Chúa Trời thì chúng ta vâng giữ các điều răn của Ngài, và các điều răn của Ngài không phải là quá nặng nề khiến chúng ta không thể vâng giữ được.

Trong thời Cựu Ước, người ta phải vâng theo các điều răn bằng ý chí và sức mạnh riêng của họ, nhưng ngày nay trong thời Tân Ước, bất cứ ai tiếp nhận Chúa Giê-su Christ là Đấng Cứu Chuộc thì đều nhận được Đức Thánh Linh, Ngài sẽ giúp họ vâng lời.

Đức Thánh Linh là một với Đức Chúa Trời, và như tấm lòng của Đức Chúa Trời, Đức Thánh Linh có vai trò giúp đỡ con cái của Đức Chúa Trời. Đó là lý do Đức Thánh Linh thường cầu thay cho chúng ta, yên ủi chúng ta, hướng dẫn các hành động của chúng ta, và tuôn đổ tình yêu của Đức Chúa Trời trên chúng ta để chúng ta có thể đắc thắng được tội lỗi, cho dù phải đổ huyết, và hành động theo ý muốn của Đức Chúa Trời (Công Vụ 9:31, 20:28; Rô-ma 5:5, 8:26).

Khi chúng ta nhận được sức mạnh này từ Đức Thánh Linh, chúng ta có thể hiểu sâu rộng hơn về tình yêu của Đức Chúa Trời, Đấng ban cho chúng ta Con một và là Con độc sanh của Ngài, và sau đó chúng ta có thể dễ dàng vâng theo cái mà chúng ta không thể vâng theo bằng ý chí và sức riêng của chúng ta. Có nhiều người vẫn nói thật khó vâng theo các điều răn của Đức Chúa Trời và thậm chí còn không cố gắng vâng theo. Họ cứ tiếp tục sống giữa tội lỗi. Những người này không thực sự yêu mến

Đức Chúa Trời từ trong đáy lòng của họ.

Trong 1 Giăng 1:6 nói, *"Ví bằng chúng ta nói mình được giao thông với Ngài, mà còn đi trong sự tối tăm, ấy là chúng ta nói dối và không làm theo lẽ thật."* và trong 1 Giăng 2:4 nói, *"Kẻ nào nói: Ta biết Ngài, mà không giữ điều răn Ngài, là người nói dối, lẽ thật quyết không ở trong người."* Nếu lời của Đức Chúa Trời, là lẽ thật và là hạt giống của sự sống, ở trong người ấy, thì không thể phạm tội được. Người ấy sẽ được dẫn dắt để sống trong lẽ thật. Cho nên, nếu có ai công bố rằng mình tin Đức Chúa Trời mà không vâng theo các điều răn của Ngài, thì có nghĩa là lẽ thật thực sự không ở trong người ấy, và người ấy là kẻ nói dối trước mặt Đức Chúa Trời.

Vậy thì, điều răn nào là điều răn đầu tiên trong những điều răn này mà con cái của Đức Chúa Trời cần phải vâng giữ, để chứng minh tình yêu của họ dành cho Đức Chúa Trời?

"Trước mặt ta, ngươi chớ có các thần khác"

Từ "Ngươi" ở đây là nói tới Môi-se, người đã trực tiếp nhận Mười Điều Răn từ Đức Chúa Trời, dân Y-sơ-ra-ên đã nhận Mười Điều Răn qua Môi-se, và tất cả con cái của Đức Chúa Trời ngày hôm nay đều được cứu bởi danh của Chúa. Các bạn thử nghĩ xem vì sao Đức Chúa Trời lại truyền cho dân sự của Ngài không được có các thần khác trước mặt Ngài là điều răn đầu tiên?

Đó là vì chỉ một mình Đức Chúa Trời là chân thần, và chỉ một mình Ngài là Đức Chúa Trời hằng sống, Đấng Sáng Tạo toàn năng của cả hoàn vũ này. Cũng vậy, chỉ một mình Đức Chúa Trời mới có toàn quyền trên cả hoàn vũ này, trên lịch sử nhân loại, trên sự sống và sự chết, và Ngài ban sự sống thật và sự sống đời đời cho con người.

Đức Chúa Trời là Đấng cứu chuộc chúng ta ra khỏi danh giới của tội lỗi trong thế giới này. Đó là lý do ngoài Ngài ra không có đấng nào khác, và chỉ một mình Đức Chúa Trời, chúng ta không được có thần nào khác trong lòng.

Nhưng nhiều người ngu ngốc đã tự phân cách mình ra khỏi Đức Chúa Trời và dành cả cuộc đời thờ phượng các thần giả khác. Một số người thờ hình tượng của Đức Phật, là hình tượng thậm chí không thể chớp mắt được, một số người thờ phượng các cục đá, một số người thờ phượng những cây cổ thụ, và thậm chí có một số người hướng mặt với Bắc Cực và thờ phượng nó.

Một số người thờ phượng thiên nhiên họ kêu tên của nhiều thần giả bằng cách thần tượng hóa những người chết. Mỗi dòng dõi và mỗi dân tộc đều có các hình tượng riêng của nó. Cũng như chỉ ở Nhật Bản người ta mới có tới tám triệu thần khác nhau.

Vậy thì, các bạn nghĩ xem vì sao mà người ta lại lập lên tất cả các thần giả này và thờ phượng chúng? Tại vì họ đang tìm cách để tự yên ủi mình, hoặc họ chỉ làm theo phong tục cũ của tổ tiên đã làm sai. Hoặc, họ có thể cũng có những khát vọng ích kỷ muốn nhận được nhiều phước hạnh hơn hay nhiều cơ hội tốt hơn bằng cách thờ nhiều thần khác nhau.

Nhưng có một điều chúng ta phải nắm chắc rõ ràng rằng chỉ một mình Đức Chúa Trời là Đấng Sáng Tạo, không có thần nào khác có quyền năng để ban phước cho chúng ta, chỉ một mình Ngài mới cứu được chúng ta.

Những Bằng Chứng Trong Tự Nhiên về Đức Chúa Trời Sáng Tạo

Trong Rô-ma 1:20 chép, *"Bởi những sự trọn lành của Ngài mắt không thấy được, tức là quyền phép đời đời và bổn tánh Ngài, thì từ buổi sáng thế vẫn sờ sờ như mắt xem thấy, khi người ta xem xét công việc của Ngài. Cho nên họ không thể chữa mình được."* Nếu chúng ta nhìn vào các quy luật trong hoàn vũ, thì chúng ta có thể thấy rằng có một Đấng Sáng Tạo hoàn toàn đang hiện hữu, và chỉ có một Đức Chúa Trời duy nhất là Đấng Sáng Tạo.

Thí dụ, khi chúng ta nhìn vào dòng dõi của con người trên đất, cơ thể của tất cả mọi người đều có cấu trúc và chức năng giống nhau. Cho dù có người là da đen hay da trắng, cho dù dòng dõi của họ là gì, hay họ đến từ quốc gia nào, thì họ đều có hai mắt, hai tai, một mũi, và một miệng, được đặt ở cùng một vị trí trên khuôn mặt. Hơn nữa, trường hợp của động vật cũng giống như vậy. Voi là động vật có cái vòi dài. Nhưng để ý thấy chúng có một cái vòi thật là dài, và hai lỗ mũi. Thỏ, với đôi tai dài, và loài sư tử hung dữ cũng có cùng số mắt, miệng, và tai được đặt ở cùng vị trí như người. Vô số các sinh vật sống, như các động vật, cá, chim, và ngay cả côn trùng – ngoài những đặc tính đặc biệt khiến chúng khác với những loài khác ra – lại có cấu trúc và chức năng trong cơ thể giống nhau. Điều này chứng tỏ có một Đấng Sáng Tạo.

Hiện tượng tự nhiên cũng chứng minh rõ ràng về sự hiện hữu của Đức Chúa Trời Đấng Sáng Tạo. Mỗi ngày, trái đất đều quay trên trục của nó, và mỗi năm nó đều xoay vùng quanh mặt trời, và mỗi tháng, mặt trăng xoay quanh và xoay vùng quanh trái đất. Nhờ vào sự xoay vòng và xoay vùng quanh, chúng ta có thể kinh nghiệm được nhiều sự kiện tự nhiên trên một nền tảng thông thường. Chúng ta có đêm và ngày, và bốn mùa khác nhau. Chúng ta có thủy triều cao và thủy triều thấp, và nhờ vào nhiệt thay đổi chúng ta kinh nghiệm được sự lưu thông của không khí.

Vị trí di chuyển của trái đất làm cho hành tinh này có một môi trường sống hoàn hảo cho sự sống còn của cả nhân loại, và tất cả các sinh vật sống khác. Khoảng cách giữa mặt trời và trái đất không thể gần hơn, hay xa hơn được nữa. Khoảng cách giữa mặt trời và trái đất luôn luôn ở khoảng cách hoàn hảo nhất ngay từ ban đầu, và sự xoay vòng của trái đất và xoay xung quanh mặt trời đã xảy ra từ lâu, mà không có một lỗi nhỏ nào.

Vì vũ trụ được sáng tạo và được hoạt động dưới sự khôn ngoan của Đức Chúa Trời, nên có nhiều điều kì lạ mà con người có thể không bao giờ hiểu hết được, vẫn xảy ra mỗi ngày.

Với tất cả những chứng cớ rõ ràng này, không ai có thể đưa ra lời bào chữa này trong ngày phán xét cuối cùng, "Con không thể tin được vì con không biết Đức Chúa Trời thực sự hiện hữu."

Một ngày kia, Ngài isaac Newton đã yêu cầu một thợ máy đầy kinh nghiệm xây dựng một hệ mặt trời hiện đại tinh vi. Một người bạn vô thần của ông đến thăm ông và nhìn thấy hệ mặt trời hiện đại. Không suy nghĩ nhiều, ông trở lại lối chơi chữ, và một điều thực sự ngạc nhiên đã xảy ra. Mỗi hành tinh trong mô hình đã bắt đầu quay tròn vùng quanh mặt trời ở những tốc độ khác nhau!

Người bạn không thể giấu được sự ngạc nhiên của mình, và sửng sốt nói, "Đây thật sự là một mô hình xuất sắc! Các bạn nghĩ Newton sẽ trả lời như thế nào? Ông nói, Ồ, không có ai làm được việc này. Nó chỉ tình cờ xảy đến thôi."

Người bạn cảm thấy như thể Newton đang nói đùa với ông, và trả treo lại, "Cái gì?! Anh nghĩ tôi là một thằng ngốc hay sao? Làm sao trong thế giới này lại có một cái máy phức tạp như này còn có thể xuất hiện ở đâu nữa?"

Ở đây, Newton đã trả lời, Đây chỉ là một mô hình nhỏ của

hệ mặt trời thật. Anh đang tranh luận rằng kể cả một mô hình đơn giản như này cũng không thể có mà không có một nhà thiết kế hay một người chế tạo ra. Vậy anh giải thích như thế nào cho mọi người tin rằng hệ mặt trời thật, phức tạp và bao la lại không có một ai sáng tạo ra.

Đây là những gì Newton đã viết trong sách của ông, *The Philosophiæ Naturalis Principia Mathematica*, nghĩa là "Những Nguyên Tắc Toán Học của Khoa Học Tự Nhiên" và thường gọi là Principia, hệ thống đẹp nhất của mặt trời, các hành tinh, các sao chổi, chỉ có thể bắt nguồn từ sự bàn bạc và thống trị của một Đấng khôn ngoan và quyền năng.... Ngài [Đức Chúa Trời] là đời đời và vô cùng.

Đây là lý do mà một số đông các nhà khoa học nghiên cứu về luật tự nhiên đều là Cơ-đốc-nhân. Họ càng nghiên cứu về thiên nhiên và vũ trụ, họ càng khám phá ra quyền năng của Đức Chúa Trời Toàn Năng.

Ngoài ra, qua những dấu kỳ phép lạ xuất hiện và xảy ra với các tín hữu, qua các đầy tớ và nhân sự của Đức Chúa Trời là những người được Ngài yêu và được Ngài công nhận, và qua lịch sử nhân loại thì đã ứng nghiệm những lời tiên tri trong kinh Thánh, Đức Chúa Trời bày tỏ cho chúng ta nhiều chứng cớ đến nỗi chúng ta có thể tin Ngài, Đức Chúa Trời hằng sống.

Những Người Nhận Ra Đức Chúa Trời Đấng Sáng Tạo Mà Không Được Nghe Phúc Âm

Nếu các bạn nhìn vào lịch sử nhân loại, các bạn có thể thấy là có nhiều người có tấm lòng mà chưa một lần được nghe phúc âm nhưng đã nhận ra Đức Chúa Trời và chỉ Mình Ngài là Đấng Sáng Tạo nên đã cố gắng sống công bình. Còn có nhiều người thì tấm lòng đen tối, bị rối ren thờ nhiều thần khác nhau để tự yên ủi mình.

Mặt khác, người có lòng ngay thẳng trong sạch chỉ thờ phượng và hầu việc một Đức Chúa Trời Đấng Sáng Tạo, cho dù họ không biết về Đức Chúa Trời.

Thí dụ, Admiral Soonshin Yi, người sống trong thời của Chosun Dynasty ở Hàn Quốc, đã phục vụ cho đất nước của ông, Vua, và dân sự của ông suốt cuộc đời. Ông hiếu kính với cha mẹ, và cả cuộc đời của ông, ông không bao giờ cố gắng tìm lợi ích riêng cho mình, nhưng hy sinh cho người khác. Mặc dù ông không biết về Đức Chúa Trời và Chúa Giê-su của chúng ta, nhưng ông không thờ các pháp sư, các quỉ hay các ác linh, nhưng với một lương tâm tốt, ông chỉ nhìn lên các tầng trời và tin cậy vào một Đấng Sáng Tạo.

Những người tốt này chưa bao giờ được học về Đức Chúa Trời, nhưng các bạn có thể thấy rằng họ luôn luôn cố gắng hướng đến đời sống trong sạch và ngay thẳng. Đức Chúa Trời đã mở đường cho những người này để họ cũng được cứu, qua cái gọi là "Phán Xét Lương Tâm." Đây là cách Đức Chúa Trời ban sự cứu rỗi cho những người trong thời Cựu Ước, hay những người sau thời của Chúa Giê-su mà chưa có cơ hội được nghe phúc âm.

Trong Rô-ma 2:14-15 chép: *"Vả, dân ngoại vốn không có luật pháp, khi họ tự nhiên làm những việc luật pháp dạy biểu, thì những người ấy dầu không có luật pháp, cũng tự nên luật pháp cho mình. Họ tỏ ra rằng việc mà luật pháp dạy biểu đã ghi trong lòng họ: Chính lương tâm mình làm chứng cho luật pháp, còn ý tưởng mình khi thì cáo giác mình, khi thì binh vực mình."*

Khi người ta có lương tâm tốt muốn nghe phúc âm, họ sẽ tiếp nhận Chúa vào lòng của họ rất dễ dàng. Đức Chúa Trời cho phép những linh hồn này tạm thời yên nghỉ ở nơi 'Mồ Cao' để họ có thể vào thiên đàng.

Khi cuộc đời của một người kết thúc, linh hồn của người đó sẽ lìa khỏi xác. Linh hồn tạm thời ở một nơi gọi là "Mồ." Mồ là một nơi tạm thời để người đó học thích nghi với thế giới linh trước khi đến nơi ở đời đời. Nơi này được chia thành "Mồ Cao" là nơi cứu những người đã trông đợi, và "Âm Phủ," là nơi những linh hồn không được cứu chờ đợi đau khổ (Sáng Thế ký 37:35; Gióp 7:9; Dân Số Ký 16:33; Lu-ca 16).

Nhưng Công Vụ 4:12 nói, *"Chẳng có sự cứu rỗi trong đấng nào khác; vì ở dưới trời, chẳng có danh nào khác ban cho loài người, để chúng ta phải nhờ đó mà được cứu."* Nên, để bảo đảm những linh hồn ở trong Mồ Cao có cơ hội nghe phúc âm, Chúa Giê-su đã đi đến Mồ Cao để chia sẻ phúc âm với họ.

Kinh Thánh xác nhận sự kiện này. Trong 1 Phi-e-rơ 3:18-19 nói: *"Vả, Đấng Christ cũng vì tội lỗi chịu chết một lần, là Đấng công bình thay cho kẻ không công bình, để dẫn chúng ta đến cùng Đức Chúa Trời; về phần xác thịt thì Ngài đã chịu chết, nhưng về phần linh hồn thì được sống. Ấy bởi đồng một linh hồn đó, Ngài đi giảng cho các linh hồn bị tù."* Những linh hồn "tốt" trong Mồ Cao đã nhận ra Chúa Giê-su, đã tiếp nhận phúc âm, và được cứu.

Cho nên, vì những người đó đã sống với một lương tâm tốt và tin vào một Đấng Sáng Tạo, cho dù họ ở từ thời Cựu Ước hay họ chưa bao giờ được nghe phúc âm hay luật pháp, thì Đức Chúa Trời công bình vẫn nhìn vào tận đáy lòng của họ và mở cánh cửa cứu rỗi cho họ.

Tại Sao Đức Chúa Trời Truyền Cho Dân Sự Của Ngài Không Được Có Các Thần Khác Trước Mặt Ngài

Thỉnh thoảng, những người vô tín nói, "Cơ-đốc-giáo yêu cầu người ta tin vào một Đức Chúa Trời duy nhất. Nó không làm cho tôn giáo này quá cứng nhắc và độc quyền chứ?"

Cũng có những người tự xưng mình là tín hữu nhưng tin vào việc đọc chỉ tay, ma thuật, phù phép và bùa ngải.

Đặc biệt Đức Chúa Trời phán với chúng ta không được thỏa hiệp trong lãnh vực này. Ngài phán, "Trước mặt ta, ngươi chớ có các thần khác." Nghĩa là chúng ta không bao giờ kết giao với các thần giả dối hay bất cứ những tạo vật nào của Đức Chúa Trời. Dù sao chúng ta cũng không nên đặt chúng ngang hàng với Đức Chúa Trời.

Chỉ có một Đấng Sáng Tạo duy nhất, Đấng tạo nên chúng ta, và chỉ có Ngài mới ban phước được cho chúng ta, và chỉ một mình Ngài mới có thể ban cho chúng ta sự sống. Các thần và các hình tượng giả mà người ta thờ rút cục đều từ kẻ thù là ma quỉ. Chúng chống đối lại Đức Chúa Trời.

Kẻ thù ma quỉ cố gắng xáo trộn con người đi xa khỏi Đức Chúa Trời. Bằng cách thờ phượng sai trật nên cuối cùng họ đã thờ phượng Sa-tan, và rồi họ phải bước vào sự sa sút riêng của họ.

Đây là lý do người ta công bố tin Đức Chúa Trời nhưng vẫn thờ phượng các thần giả trong lòng, vẫn ở dưới sự chinh phục của kẻ thù ma quỉ. Vì lý do này họ vẫn phải tiếp tục kinh nghiệm sự đau đớn, buồn bã và chịu khổ về bệnh tật, tệ nạn, và những nỗi đau khác.

Đức Chúa Trời là sự yêu thương, và Ngài không muốn dân sự của Ngài thờ phượng các thần giả và phải bước vào sự chết đời đời. Đó là lý do Ngài truyền rằng trước mặt Ngài chúng ta chớ có các thần khác. Chỉ thờ phượng một mình Ngài, chúng ta có thể có sự sống đời đời, và chúng ta cũng có thể nhận được phước hạnh dư dật từ Ngài trong lúc còn sống ở trên đất này.

Chúng Ta Phải Nhận Những Phước Hạnh bằng cách Trung Tín Tin Cậy Chỉ Một Đức Chúa Trời

Trong 1 Sử Ký 16:26 có chép, *"Vì các thần của những dân tộc vốn là hình tượng; Còn Đức Giê-hô-va dựng nên các từng trời."* Nếu Đức Chúa Trời chưa bao giờ phán, "Trước mặt ta ngươi chớ có các thần khác," thì người ta sẽ lưỡng lự hoặc ngay cả một số tín hữu có thể cũng không biết cuối cùng lại thờ các hình tượng giả dối và phải bước vào sự chết đời đời.

Chúng ta có thể thấy điều này trong lịch sử của Y-sơ-ra-ên. Người Y-sơ-ra-ên ở giữa vòng các dân khác, đã học biết về một Đấng Sáng tạo duy nhất của hoàn vũ, và họ đã kinh nghiệm quyền năng của Ngài vô số lần. Nhưng thời gian trôi qua, họ đã đi xa khỏi Đức Chúa Trời và bắt đầu thờ phượng các thần và các hình tượng khác.

Họ nghĩ là các hình tượng của Dân Ngoại trông cũng hay, nên họ bắt đầu thờ phượng các hình tượng này bên cạnh Đức Chúa Trời. Kết quả là, họ đã kinh nghiệm được tất cả các loại cám dỗ, các nỗi đau, và tai họa mà kẻ thù ma quỉ và Sa-tan đã mang đến trên họ. Chỉ khi nào họ không thể chịu đựng được sự đau đớn và gian khổ được nữa, thì họ mới ăn năn và trở lại cùng Đức Chúa Trời.

Lý do tại sao Đức Chúa Trời, Đấng yêu thương lại tha thứ cho họ hết lần này đến lần khác và đã cứu họ khỏi những điều phiền muộn là vì Ngài không muốn thấy họ phải kinh nghiệm sự chết đời đời do thờ phượng các hình tượng giả dối.

Đức Chúa Trời tiếp tục bày tỏ cho chúng ta chứng cớ Ngài là Đấng Sáng Tạo, Đức Chúa Trời hằng sống, để chúng ta có thể thờ phượng Ngài, và chỉ một mình Ngài. Ngài đã cứu chúng ta khỏi tội lỗi qua Con độc sanh của Ngài, là Chúa Giê-su Christ, và Ngài hứa ban cho chúng ta sự sống đời đời và cho chúng ta hy vọng về sự sống đời đời trên thiên đàng.

Đức Chúa Trời giúp chúng ta hiểu biết và tin rằng Ngài là Đức Chúa Trời hằng sống bằng cách bày tỏ những dấu kỳ phép lạ qua dân sự của Ngài, và qua sáu mươi sáu sách trong Kinh Thánh và cả qua lịch sử nhân loại.

Vì vậy, chúng ta phải trung tín thờ phượng Đức Chúa Trời, Đấng sáng tạo vũ trụ, Đấng điều khiển muôn vật trong vũ trụ. Là con cái của Ngài, chúng ta phải sanh ra những bông trái tốt bằng cách chỉ tin cậy một mình Ngài.

Chương 3

Điều Răn Thứ Hai

"Ngươi Chớ Làm Tượng Chạm Cho Mình cũng Chớ Quì lạy Nó"

Xuất Ê-díp-tô Ký 20:4-6

Ngươi chớ làm tượng chạm cho mình, cũng chớ làm tượng nào giống những vật trên trời cao kia, hoặc nơi đất thấp nầy, hoặc trong nước dưới đất. Ngươi chớ quì lạy trước các hình tượng đó, và cũng đừng hầu việc chúng nó; vì ta là Giê-hô-va Đức Chúa Trời ngươi, tức là Đức Chúa Trời kỵ tà, hễ ai ghét ta, ta sẽ nhân tội tổ phụ phạt lại con cháu đến ba bốn đời, và sẽ làm ơn đến ngàn đời cho những kẻ yêu mến ta và giữ các điều răn ta.

"Chúa đã chết trên thập tự giá vì tôi. Làm sao tôi có thể chối Chúa vì sợ chết? Tôi thà chết mười lần cho Chúa còn hơn phản Chúa và sống một trăm hay thậm chí một ngàn năm vô nghĩa. Nhưng tôi chỉ có một kết ước. Xin hãy giúp tôi thắng được quyền lực của sự chết để tôi không để Chúa tôi phải xấu hổ vì lối sống riêng của tôi."

Đây là lời xưng nhận của Rev Ki-Chol Chu, người đã tuận đạo sau khi từ chối không quì xuống trước một Miếu Thờ của Nhật. Câu truyện của ông được tìm thấy trong sách *More Than Conquerors: Câu chuyện về người Tuận Đạo Rev. Ki-Chol Chu*. Không thu mình lại trong sự sợ hãi của gươm giáo hay súng đạn Rev. Ki-Chol Chu đã từ giã để vâng giữ điều răn của Đức Chúa Trời không quì lạy trước các hình tượng.

"Ngươi Chớ Làm Tượng Chạm Cho Mình cũng Chớ Quì lạy Nó"

Là Cơ-đốc-nhân, bổn phận của chúng ta là phải yêu mến và thờ phượng Đức Chúa Trời, và chỉ một mình Ngài. Đó là lý do Đức Chúa Trời ban cho chúng ta điều răn đầu tiên, "Trước mặt ta, ngươi chớ có các thần khác." Và sau đó Ngài nghiêm khắc cấm thờ hình tượng, như Ngài đã ban cho chúng ta điều răn thứ hai, "Ngươi chớ làm tượng chạm cho mình... Ngươi chớ quì lạy trước các hình tượng đó, và cũng đừng hầu việc chúng nó."

Thoạt nhìn, bạn có thể nghĩ điều răn thứ nhất và điều răn thứ hai giống nhau. Nhưng chúng được tách ra thành những điều răn riêng biệt vì chúng có ý nghĩa thuộc linh khác nhau. Điều răn thứ nhất là một lời cảnh báo để phòng thuyết đa thần, và nói chúng ta thờ phượng và yêu mến chỉ một Đức Chúa Trời thật. Điều răn thứ hai là một bài học để phòng việc thờ phượng các hình tượng giả dối, và nó cũng là một sự giải nghĩa về những phước hạnh các bạn nhận được khi các bạn thờ phượng và yêu mến Đức Chúa Trời.

Định Nghĩa Vật Lý của "Hình Tượng"

Từ hình tượng có thể được giải thích theo hai cách; hình tượng vật lý và hình tượng thuộc linh. Thứ nhất, theo nghĩa vật lý, một "hình tượng" là "một hình ảnh hay đồ vật đã được tạo ra để đại diện cho một thần mà không có một hình dạng vật lý để thờ."

Mặt khác, một hình tượng có thể là bất cứ thứ gì: một cái cây, một tảng đá, một tấm hình của một người, những động vật có vú, côn trùng, chim, sinh vật biển, mặt trời, mặt trăng, các ngôi sao trên bầu trời, hay cái gì đó được tạo ra theo sự tưởng tượng của con người mà người ta có thể làm từ thép, bạc, vàng, hay bất cứ cái gì có thể để hướng tới sùng bái và thờ cúng.

Nhưng một hình tượng được tạo ra do tay của con người thì

không có sự sống, nên nó không thể trả lời bạn được, cũng chẳng ban phước được cho bạn. Nếu con người, được tạo ra theo ảnh tượng của Đức Chúa Trời, đã tạo ra một hình ảnh khác bằng tay của họ và thờ lạy nó, cầu xin nó ban phước cho họ, thì coi bộ tức cười và ngu dại làm sao?

Trong Ê-sai 46:6-7 nói, *"Kìa, họ móc vàng trong túi ra, và lấy cân mà cân bạc, thuê thợ vàng dùng mà đúc một thần, rồi cúi mình thờ lạy. Họ vác tượng ấy trên vai, đem đi, đặt vào chỗ nó: thần cứ đứng đó mà không dời khỏi chỗ nó nữa. Nếu có ai kêu cầu, thì thần chẳng trả lời, và không cứu khỏi nạn được."*

Kinh Thánh không chỉ nói đến việc tạo ra một hình tượng và thờ lạy; nhưng còn nói đến việc tin vào bùa ngải may rủi hoặc thực hiện các nghi thức cúng tế, quì lạy trước người chết. Tín ngưỡng của họ có nhiều điều mê tín và có những tập tục ma thuật được xếp vào loại này. Người ta nghĩ bùa ngải sẽ xua tan được những khó khăn và mang đến may mắn, nhưng nó không đúng như vậy. Nhạy bén thuộc linh người ta có thể thấy là tối tăm, các ác linh thực sự được thu hút đến những nơi có bùa ngải và hình tượng, cuối cùng thì mang đến những tai họa và những nỗi đau cho những người ở trong sự khống chế của chúng. Ngoài Đức Chúa Trời hằng sống ra, chẳng có thần nào có thể mang đến phước hạnh thật cho con người. Các thần khác thực sự là nguồn của những tai họa và sự rủa sả.

Vậy thì tại sao người ta tạo ra các hình tượng và thờ lạy

chúng? Là vì người ta có khuynh hướng muốn tự thỏa mãn với những thứ mà họ có thể thấy, cảm nhận, và sờ mó được bằng vật lý.

Chúng ta có thể thấy tinh thần của người Y-sơ-ra-ên khi họ rời khỏi xứ Ê-dip-tô. Khi họ kêu cầu với Đức Chúa Trời về những nỗi đau và sự cực nhọc của họ từ 400 năm nô lệ, Đức Chúa Trời đã chỉ định Môi-se làm người lãnh đạo họ để di cư ra khỏi xứ Ê-díp-tô, và Ngài đã bày tỏ cho họ nhiều dấu kì phép lạ đến nỗi họ có thể tin cậy Ngài.

Khi Pha-ra-ôn từ chối không cho họ đi, thì Đức Chúa Trời đã sai mười tai họa xuống cho Ê-díp-tô. Và khi Biển Đỏ đã cản trở lối đi của dân Y-sơ-ra-ên, thì Đức Chúa Trời lại rẽ Biển ra. Thậm chí sau khi đã kinh nghiệm được những phép lạ này, trong lúc Môi-se lên núi bốn mươi ngày để nhận Mười Điều Răn của Đức Chúa Trời, thì dân sự của ông đã không còn kiên nhẫn và lập lên một hình tượng và thờ lạy nó. Vì Môi-se đầy tớ của Đức Chúa Trời đã đi xa khỏi tầm nhìn của họ, nên họ muốn tạo ra một cái gì đó mà họ có thể thấy và thờ lạy. Họ tạo ra một con bò vàng và gọi nó là thần để dẫn dắt họ. Thậm chí họ làm những của tế lễ cho nó, họ ăn, uống, và nhảy múa trước hình tượng. Việc xảy ra này đã gây ra cho dân Y-sơ-ra-ên phải kinh nghiệm sự thạnh nộ lớn của Đức Chúa Trời.

Vì Đức Chúa Trời là thần, con người không thể nhìn thấy Ngài bằng con mắt vật lý, hay tạo ra một hình dáng vật lý để tượng trưng là Ngài. Đó là lý do chúng ta không bao giờ được tạo ra một hình tượng và gọi nó là 'thần.' Và chúng ta cũng không bao giờ được thờ lạy nó.

Trong Phục Truyền 4:23 nói, *"Khá cẩn thận giữ lấy mình, chớ quên sự giao ước của Giê-hô-va Đức Chúa Trời các ngươi đã lập cùng các ngươi, và chớ làm tượng chạm nào, hình của vật nào mà Giê-hô-va Đức Chúa Trời ngươi đã cấm."* Thờ lạy một số hình tượng không có sự sống, không có quyền năng thay vì thờ phượng Đức Chúa Trời, Đấng Tạo Hóa thật, thì hại nhiều hơn lợi cho con người.

Những Thí Dụ về Thờ Lạy Hình Tượng

Một số tín hữu có thể rơi vào cái bẫy của thờ cúng hình tượng mà không biết. Thí dụ, một số người có thể quì trước hình Chúa Giê-su, tượng trinh nữ Mary, hay một số tiền bối trong đức tin khác.

Nhiều người không nghĩ đây là thờ hình tượng, nhưng nó là một hình thức của thờ hình tượng mà Đức Chúa Trời không thích. Đây là một thí dụ hay: nhiều người gọi Trinh Nữ Mary là "Đức Mẹ." Nhưng nếu các bạn nghiên cứu Kinh Thánh, các bạn có thể thấy điều này sai rõ ràng.

Chúa Giê-su được thai dựng bởi Đức Thánh Linh, chứ

không phải từ tinh trùng và trứng của người đàn ông và người đàn bà. Vì thế, chúng ta không thể gọi Trinh Nữ Mary là "mẹ" được. Ví dụ, kỹ thuật ngày nay cho phép các bác sĩ đặt tinh trùng của người nam và trứng của người nữ vào một cái máy để thực hiện tiến trình thụ tinh nhân tạo. Điều này không có nghĩa là chúng ta có thể gọi cái máy này là "mẹ" của đứa trẻ được sanh ra qua tiến trình này.

Chúa Giê-su, là Đức Chúa Trời, được thụ thai bởi Đức Thánh Linh, và được sanh ra qua thân thể của Trinh Nữ Mary để Ngài có thể đến thế gian này với một thân thể vật lý. Đây là lý do Chúa Giê-su gọi Trinh Nữ Mary là "hỡi đàn bà kia", chứ không phải là "mẹ" (Giăng 2:4; 19:26). Trong Kinh Thánh, khi Mary được nói đến như là 'mẹ' của Chúa, là vì được chép theo quan điểm của các môn đồ người ghi chép Kinh Thánh.

Ngay trước khi chết, Chúa Giê-su đã nói với Giăng, "Đó là mẹ ngươi!" ám chỉ về Mary. Ở đây, Chúa Giê-su đang đề nghị Giăng phải chăm sóc Mary như mẹ riêng của ông (Giăng 19:27). Chúa Giê-su yêu cầu vì Ngài đang cố yên ủi Mary, vì Ngài hiểu nỗi đau đớn trong lòng bà, vì bà đã phục vụ Ngài ngay từ khi Ngài được thai dựng bởi Đức Thánh Linh, cho đến bây giờ Ngài đã hoàn toàn trưởng thành bởi quyền năng của Đức Chúa Trời và trở thành người độc lập.

Tuy nhiên, thì cũng không đúng khi quì lạy trước tượng Trinh Nữ Mary.

Một vài năm trước trong lúc tôi đi thăm quan một đất nước ở Trung Đông, một người có thế lực đã mời tôi qua và chỉ cho tôi xem một tấm thảm trông thấy hay hay trong buổi nói chuyện. Đó là một chiếc thảm vô giá đã làm thủ công trong nhiều năm. Trên tấm thảm là hình Chúa Giê-su màu đen. Từ thí dụ này, chúng ta có thể thấy rằng ngay cả hình của Chúa Giê-su cũng có mâu thuẫn, nó phụ thuộc vào người họa sĩ hoặc người điêu khắc. Cho nên, nếu chúng ta quì xuống để cầu nguyện với tấm hình đó, thì chúng ta sẽ phạm vào tội thờ hình tượng không thể chấp nhận được.

"Hình Tượng" Được Xem Là Gì và Không Được Xem Là Gì?

Thỉnh thoảng có những người quá thận trọng, và họ tranh luận là "thập tự giá" thấy trong các nhà thờ là một loại hình tượng. Tuy nhiên, thập tự giá không phải là hình tượng. Nó là một biểu tượng của phúc âm mà những người Cơ-đốc tin. Lý do các tín hữu nhìn vào thập tự giá là để nhớ lại huyết báu của Chúa Giê-su đã đổ ra vì tội lỗi của cả nhân loại, và ân điển của Đức Chúa Trời đã ban cho chúng ta phúc âm. Thập tự giá không phải là một vật để thờ lạy cũng chẳng phải là một hình tượng.

Điều này cũng giống như trường hợp về những bức tranh vẽ hình Chúa Giê-su đang ôm một con chiên, hay *Bữa Tiệc Cuối Cùng*, hay bất cứ bức điêu khắc nào mà người nghệ sĩ chỉ đơn giản muốn bày tỏ ý tưởng của mình. Bức tranh hình Chúa Giê-su đang ôm con chiên bày tỏ rằng Ngài là Đấng chăn chiên hiền lành. Người nghệ sĩ không tạo ra bức tranh này để nó trở thành một vật để thờ phượng. Nhưng nếu có ai thờ phượng nó, hay quì lạy nó, thì nó trở thành một hình tượng.

Có những trường hợp người ta nói, "Trong thời Cựu Ước, Môi-se đã làm một hình tượng." Họ đang nói đến sự kiện lúc người Y-sơ-ra-ên phàn nàn với Đức Chúa Trời nên họ đã chết cách cay đắng do rắn độc cắn trong xa mạc. Khi có nhiều người bị chết vì rắn độc trong xa mạc cắn, thì Mô-se đã làm một con rắn bằng đồng và treo nó lên cây gỗ. Những người vâng lời Đức Chúa Trời và nhìn vào con rắn bằng đồng thì sẽ sống, còn ai không nhìn vào thì sẽ chết.

Đức Chúa Trời không phán Môi-se lập ra con rắn bằng đồng để dân sự có thể thờ lạy nó. Ngài muốn bày tỏ cho dân sự một hình ảnh minh họa về Chúa Giê-su, Đấng một ngày nào đó sẽ cứu họ ra khỏi sự rủa sả như vậy, theo luật thuộc linh.

Những người vâng lời và nhìn vào con rắn bằng đồng, thì không bị chết vì tội lỗi của họ. Cũng vậy, những linh hồn nào tin Chúa Giê-su đã chết trên thập tự giá vì tội lỗi của họ và tiếp nhận Ngài là Đấng Cứu Chuộc và là Chúa sẽ không chết vì tội lỗi của họ, mà còn có cả sự sống đời đời.

Trong 2 Các Vua 18:4 kể rằng trong lúc Vua Giu-đa thứ mười sáu, Ê-xê-chia, đang phá hủy tất cả các hình tượng của Y-sơ-ra-ên, *"Người phá hủy các nơi cao, đập bể những trụ thờ, đánh hạ các A-sê-ra, và bẻ gãy con rắn đồng mà Môi-se đã làm; bởi vì cho đến khi ấy dân Y-sơ-ra-ên xông hương cho nó. Người ta gọi hình rắn ấy là Nê-hu-tan."* Điều này nhắc nhở lại cho dân sự một lần nữa rằng ngay cả con rắn bằng đồng được lập lên khi Đức Chúa Trời truyền, thì nó cũng không bao giờ trở thành vật để thờ cúng hình tượng, vì đó không phải là dự định của Đức Chúa Trời.

Nghĩa Thuộc Linh của Từ Hình Tượng

Để hiểu thêm về từ "hình tượng" theo nghĩa vật lý, chúng ta cũng phải hiểu nó theo ý nghĩa thuộc linh. Định nghĩa thuộc linh của từ "thờ cúng hình tượng" là "tất cả những điều nào mà yêu thích hơn Đức Chúa Trời." Thờ cúng hình tượng không chỉ giới hạn ở chuyện quì lạy trước hình tượng Phật hay ông bà tổ tiên chết.

Nếu ngoài những khao khát ích kỷ riêng của chúng ta ra, chúng ta còn yêu cha mẹ, vợ, chồng, hay ngay cả con cái của chúng ta hơn Đức Chúa Trời thì theo nghĩa thuộc linh đó là chúng ta đang biến những cái yêu đó thành "hình tượng." Và nếu chúng ta tự để cao mình quá và tự thương mình quá, thì chúng ta đang tự biến chúng ta thành hình tượng.

Dĩ nhiều, điều này không có nghĩa là chúng ta chỉ được yêu duy nhất Đức Chúa Trời, còn không được yêu ai khác. Thí dụ, Đức Chúa Trời phán với con cái của Ngài rằng bổn phận của họ là phải yêu mến cha mẹ trong lẽ thật. Ngài cũng truyền cho họ "hãy hiếu kính cha mẹ." Tuy nhiên, nếu sự yêu mến cha mẹ của chúng ta mang chúng ta đi xa khỏi lẽ thật, thì chúng ta yêu cha mẹ hơn Đức Chúa Trời và như thế đã biến họ thành "hình tượng."

Mặc dù cha mẹ của chúng ta sinh ra cơ thể vật lý của chúng ta, nhưng vì Đức Chúa Trời đã tạo dựng lên tinh trùng và trứng, hay những hạt giống sự sống, Ngài là Cha của các linh hồn. Giả sử có một số cha mẹ là người ngoại không tán thành cho con của họ đi nhà thờ. Nếu con của họ là Cơ-đốc-nhân, mà không đi nhà thờ để làm hài lòng cha mẹ, thì người con này yêu cha mẹ hơn Đức Chúa Trời. Điều này không chỉ làm buồn lòng Đức Chúa Trời, mà còn có nghĩa là người con này không yêu cha mẹ thật sự.

Nếu các bạn yêu ai đó thật sự, các bạn sẽ muốn người đó được cứu và nhận được sự sống đời đời. Thì đó là tình yêu thật. Đầu tiên và trước hết, các bạn phải giữ ngày nghỉ của Chúa làm ngày thánh, và sau đó các bạn phải cầu nguyện cho cha mẹ và chia sẻ phúc âm cho họ càng sớm càng tốt. Chỉ như vậy các bạn mới nói là các bạn yêu mến và hiếu kính cha mẹ thật.

Là cha mẹ, nếu chúng ta yêu con cái của mình thật, thì chúng ta phải yêu Đức Chúa Trời trước nhất, rồi sau đó mới yêu con cái trong tình yêu của Đức Chúa Trời. Cho dù con của các bạn có thể đối với các bạn có quí giá như thế nào đi chăng nữa, thì các bạn cũng không thể bảo vệ chúng khỏi kẻ thù ma quỉ và Satan bằng năng lực giới hạn riêng của con người mình được. Bạn cũng không thể bảo vệ chúng khỏi những tai nạn thình lình, cũng chẳng chữa trị cho chúng khỏi một căn bệnh mà không biết rõ về y học hiện đại.

Nhưng khi cha mẹ thờ phượng Đức Chúa Trời và tin cậy con cái của mình ở trong tay của Đức Chúa Trời và yêu thương chúng trong tình yêu của Đức Chúa Trời, thì Đức Chúa Trời sẽ bảo vệ con cái của họ. Ngài không chỉ ban sức lực về thuộc linh và thuộc thể, mà Ngài còn ban phước cho họ để họ trở nên thạnh vượng trong mọi lãnh vực của cuộc sống.

Đây là trường hợp tương tự về tình yêu giữa người chồng và người vợ. Một cặp vợ chồng không biết về tình yêu thật của Đức Chúa Trời thì sẽ chỉ có thể yêu nhau bằng tình yêu xác thịt. Đôi khi họ sẽ tìm kiếm tư lợi riêng của họ và do đó cãi nhau. Và những lúc như vậy tình yêu của họ có thể cũng bị thay đổi.

Tuy nhiên, khi một cặp vợ chồng yêu nhau trong tình yêu của Đức Chúa Trời, họ cũng sẽ có thể yêu nhau bằng tình yêu thuộc linh. Trong trường hợp này, thì cặp vợ chồng như vậy sẽ không tức giận hay khó chịu với nhau, và họ sẽ không cố gắng thỏa mãn những dục vọng ích kỷ riêng nữa. Đúng hơn, họ sẽ chia sẻ một tình yêu thật, đẹp, và không dời đổi.

Yêu Điều Gì Hay Yêu Ai Đó Hơn Đức Chúa Trời

Chỉ khi chúng ta ở trong tình yêu của Đức Chúa Trời và yêu Đức Chúa Cha trước, thì chúng ta mới yêu nhau bằng tình yêu thật được. Đây là lý do Đức Chúa Trời phán dạy chúng ta "Hãy yêu Đức Chúa Trời ngươi trước," và "Trước mặt ta ngươi chớ có các thần khác." Nhưng sau khi nghe điều này, nếu các bạn nói "Tôi đi nhà thờ và họ nói chỉ yêu một mình Đức Chúa Trời thôi và không được yêu các thành viên trong gia đình của tôi," thì các bạn đang hiểu lầm trầm trọng về cách giải thích nghĩa thuộc linh của các điều răn Ngài.

Nếu như một tín hữu phá vỡ luật pháp của Đức Chúa Trời và thỏa hiệp với thế gian để kiếm của cải giàu có, danh tiếng, tri thức, hay quyền lực, thì như vậy sẽ đi xa khỏi đường lối của lẽ thật, bạn đang tự làm cho mình thành một thần tượng theo nghĩa thuộc linh.

Cũng có người không giữ ngày Thánh Nhật của Chúa hoặc không dâng hiến một phần mười vì họ yêu của cải hơn Đức Chúa Trời, mặc dù sự thật là Đức Chúa Trời hứa sẽ ban phước cho những ai dâng phần mười.

Các em thiếu niên thường treo hình các ca sĩ, diễn viên, vận động viên, hay các nhạc công yêu thích của họ vào trong phòng của họ, hoặc thậm chí mang theo, bỏ túi để giữ các ngôi sao ưa thích gần trái tim mình. Có nhiều khi các em thiếu niên lại yêu những người này hơn Đức Chúa Trời.

Dĩ nhiên, bạn có thể yêu và tôn trọng các diễn viên, vận động viên..., là những người có tài năng. Nhưng nếu bạn yêu mến và ấp ủ những điều của thế gian thì cho thấy là tự bạn xa cách mình với Đức Chúa Trời và Ngài sẽ không đẹp lòng. Thêm vào nữa là trẻ em hay dốc hết mình vào các trò chơi hay các trò chơi Video cũng có thể cuối cùng sẽ biến những thứ này thành "hình tượng" của họ.

Đức Chúa Trời Kỵ Tà

Sau khi ban cho chúng ta một mạng lệnh kiên quyết chống thờ lạy hình tượng, Đức Chúa Trời phán với chúng ta về phước hạnh cho những người vâng lời Ngài, và cảnh báo cho những ai không vâng lời Ngài.

"Ngươi chớ quì lạy trước các hình tượng đó, và cũng đừng hầu việc chúng nó; vì ta là Giê-hô-va Đức Chúa Trời ngươi, tức là Đức Chúa Trời kỵ tà, hễ ai ghét ta, ta sẽ nhân tội tổ phụ phạt lại con cháu đến ba bốn đời, và sẽ làm ơn đến ngàn đời cho những kẻ yêu mến ta và giữ các điều răn ta" (Xuất Ê-díp-tô Ký 20:5-6).

Khi Đức Chúa Trời phán Ngài là "Đức Chúa Trời kỵ tà" trong câu năm, không có nghĩa là Ngài "ghen tuông" giống như con người ghen tuông. Vì trong thực tế, ghen tuông không phải là một phần bản tánh của Đức Chúa Trời. Đức Chúa Trời dùng từ "ky" ở đây để làm cho chúng ta dễ hiểu, những cảm xúc của con người. ghen tuông mà con người cảm thấy là xác thịt, xấu, không trong sáng, và nó làm tổn thương những người có liên quan.

Thí dụ, nếu tình yêu của người chồng dành cho người vợ thay đổi, lại dành tình yêu đó cho một người phụ nữ khác và người vợ cảm thấy ghen tuông với người phụ nữ kia. Đột nhiên sự thay đổi xuất hiện trong người vợ sẽ là một cái nhìn kinh hoàng. Người vợ sẽ trở nên đầy tức giận và căm ghét. Cô ấy sẽ tranh cãi với chồng của cô ấy và loan báo ra những điều thiếu sót của chồng cho tất cả những người quen của cô biết và anh ấy có thể bị hổ thẹn. Nhiều khi, người vợ có thể đi tới người phụ nữ kia và đánh nhau, hoặc phát đơn kiện người chồng. Trong trường hợp này, người vợ thường hay ước điều gì đó không may xảy ra với người chồng vì sự ghen tuông của mình, sự ghen tuông của cô ấy không phải là một sự ghen tuông của tình yêu, nhưng là một sự ghen tuông của lòng hận thù.

Nếu người phụ nữ đó thực sự yêu chồng mình bằng tình yêu thuộc linh, thay vì cảm thấy ghen tức trong xác thịt, thì cô ấy trước tiên phải tự nhìn vào nội tâm mình, và hỏi, "Tôi có được Đức Chúa Trời yêu mến không? Tôi có yêu và phục vụ chồng tôi thật không?" Và thay vì làm hổ thẹn người chồng, rêu rao về những thiếu xót cho những người xung quanh nghe, cô ấy sẽ cầu hỏi Đức Chúa trời ban cho sự khôn ngoan để biết cách làm thế nào mang anh ấy trở lại chung thủy với mình.

Vậy Đức Chúa Trời cảm thấy loại ghen tuông nào? Khi chúng ta không thờ phượng Đức Chúa Trời và chúng ta không sống trong lẽ thật, Đức Chúa Trời xoay mặt lại với chúng ta, khi chúng ta đối diện với những thử thách, những nỗi đau khổ, và bệnh tật. Nếu điều này xảy ra, biết rằng bệnh tật đến từ tội lỗi (Giăng 5:14), thì các tín hữu sẽ ăn năn và cố gắng tìm kiếm Đức Chúa Trời lại một lần nữa.

Là một mục sư, thỉnh thoảng tôi đến thăm các thành viên trong hội thánh là những người đã trải nghiệm điều này. Thí dụ, một thành viên trong hội thánh có thể là một thương gia làm ăn giỏi đang có danh tiếng. Với một lời cáo lỗi là ông ấy bận lắm, mất tập trung và ngưng cầu nguyện cũng như ngưng làm công việc Chúa. Thậm chí, ông ấy còn đến mức không đi thờ phượng Đức Chúa Trời vào ngày Chúa Nhật.

Kết quả là, Đức Chúa Trời xoay mặt khỏi người thương gia này và người thương gia lại phải đối diện với một cơn khủng hoảng. Chỉ khi đó, ông ấy mới nhận ra lỗi của mình là không sống theo mọi điều răn của Đức Chúa Trời, và ăn năn. Đức Chúa Trời thà để cho con cái yêu thương của Ngài đối mặt với một hoàn cảnh khó khăn trong một thời gian ngắn và sau đó hiểu được ý muốn của Ngài, được cứu, và bước đi trong đường lối ngay thẳng, hơn là bị sa ngã đời đời.

Nếu Đức Chúa Trời không cảm thấy ghen tương vì tình yêu,

và thờ ơ xem những việc làm sai trật của chúng ta, thì không chỉ chúng ta không nhận ra được lỗi lầm của chúng ta, mà tấm lòng chúng ta sẽ còn trở nên chai lì, làm cho chúng ta cứ tiếp tục phạm tội và cuối cùng thì sa vào con đường của sự chết đời đời. Nên sự ghen tương mà Đức Chúa Trời cảm nhận là vì một tình yêu thương thật. Nó là một sự bày tỏ tình yêu vĩ đại của Ngài và ao ước làm mới lại chúng ta và dẫn chúng ta vào sự sống đời đời.

Những Phước Hạnh và Sự Rủa Sả Đến Từ Sự Vâng Lời và Sự Bất Tuân Với Điều Răn Thứ Hai

Đức Chúa Trời là Đấng Sáng Tạo và là Cha của chúng ta, Đấng đã dâng chính Con độc sanh của Ngài để tất cả mọi người đều có thể được cứu. Ngài cũng có Toàn Quyền trên sự sống của con người và muốn ban phước cho những ai thờ phượng Ngài.

Còn những ai không thờ phượng và không yêu mến Đức Chúa Trời, song đi thờ phượng các thần tượng giả dối, ấy là ghét Ngài. Và những ai ghét Đức Chúa Trời thì đều nhận được sự trừng phạt, như đã được chép rằng Ngài sẽ nhân tội tổ phụ phạt lại con cháu đến ba bốn đời (Xuất Ê-díp-tô Ký 20:5).

Khi chúng ta nhìn vào xung quanh chúng ta, chúng ta có thể dễ dàng thấy những gia đình đã thờ cúng thần tượng qua nhiều thế hệ cứ tiếp tục nhận lấy sự đoán phạt. Những người từ các gia đình này có thể phải trải nghiệm những căn bệnh hiểm nghèo hay nan y, dị dạng, chậm phát triển trí tuệ, ma quỉ áp chế, tự vẫn, khó khăn về tài chánh, hay tất cả các loại khó khăn khác. Và nếu những tai ương này cứ tiếp tục xẩy ra đến đời thứ tư, thì gia đình đó sẽ hoàn toàn tiêu tan và không thể bù đắp được.

Nhưng theo bạn nghĩ tại sao Đức Chúa Trời lại phán Ngài sẽ phạt đến "ba bốn đời" thay vì đến đời "thứ tư?" Điều này bày tỏ lòng thương xót của Đức Chúa Trời. Ngài đang giải quyết cho con cháu ăn năn và tìm kiếm Đức Chúa Trời, cho dù tổ tiên của họ có thể đã thờ cúng các hình tượng giả dối và đã căm ghét Đức Chúa Trời. Những người này cho Đức Chúa Trời lý do để ngừng sự đoán phạt lại trên gia đình họ.

Nhưng đối với những người mà tổ tiên của họ rất thù ghét Đức Chúa Trời và là những người thờ lạy hình tượng trầm trọng, làm điều gian ác, thì họ sẽ phải đối diện với những khó khăn khi cố gắng để tiếp nhận Chúa. Ngay cả nếu họ tiếp nhận Chúa, thì giống như họ cột trói tổ tiên của họ bằng một sợi dây thuộc linh, vì thế cho đến khi họ được đắc thắng thuộc linh, họ sẽ kinh nghiệm nhiều sự khó khăn qua đời sống thuộc linh của họ. Kẻ thù ma quỉ và Satan sẽ ngăn trở bằng bất cứ cách nào hắn có thể để không cho những người này có đức tin, lôi kéo họ vào sự tối tăm đời đời với hắn.

Tuy nhiên, nếu hậu duệ này, trong lúc tìm kiếm lòng thương xót của Đức Chúa Trời, ăn năn với tấm lòng khiêm nhường vì tội lỗi của tổ tiên họ và loại bỏ những bản chất tội lỗi trong họ, không có sự nghi ngờ, thì Đức Chúa Trời sẽ bảo vệ họ. Mặt khác, khi dân sự yêu mến Đức Chúa Trời và gìn giữ điều răn của Ngài, thì Đức Chúa Trời ban phước cho gia đình họ đến ngàn đời, cho họ nhận ân điển của Ngài đời đời. Khi chúng ta nhìn vào cách Đức Chúa Trời phán Ngài sẽ phạt lại đến ba bốn đời, nhưng Ngài sẽ ban phước đến 1000 đời, chúng ta có thể thấy rõ tình yêu của Đức Chúa Trời dành cho chúng ta.

Ở đây không có nghĩa là bạn tự động nhận được phước hạnh dư dật chỉ vì tổ tiên của bạn là những đầy tớ lớn của Đức Chúa Trời. Thí dụ, Đức Chúa Trời đã gọi Đa-vít là "người có tấm lòng của Đức Chúa Trời," và Đức Chúa Trời đã hứa ban phước cho dòng dõi của ông (1 Các Vua 6:12). Tuy nhiên, chúng ta học thấy rằng giữa vòng các con cái của Đa-vít, cũng có những người đã xoay bỏ Đức Chúa trời thì không nhận được những phước hạnh đã hứa.

Khi bạn nhìn vào sử ký của các vua Y-sơ-ra-ên, bạn có thể thấy các vua đã thờ phượng và hầu việc Đức Chúa Trời thì nhận được những phước hạnh mà Đức Chúa Trời đã hứa với Đa-vít. Dưới sự lãnh đạo của họ, dân tộc của họ đã thịnh vượng và hưng thịnh đến điểm các nước láng giềng phải triều cống họ. Tuy nhiên, các vua đã xoay bỏ Đức Chúa Trời và phạm tội cùng Ngài nên đã phải trải nghiệm nhiều khó khăn trong cuộc đời của họ.

Chỉ khi một người yêu Đức Chúa Trời và cố gắng sống trong lẽ thật, không tự làm ô uế mình với các hình tượng thì người đó mới có thể nhận được tất cả những phước hạnh mà tổ tiên của họ có thể đã gây dựng cho. Cho nên khi chúng ta trừ bỏ hết tất cả những hình tượng thuộc thể và thuộc linh mà Đức Chúa Trời ghét ra khỏi đời sống của chúng ta và đặt Ngài trên hết, thì chúng ta cũng có thể nhận được những phước hạnh dư dật mà Đức Chúa Trời hứa ban cho những đầy tớ trung tín của Ngài và dòng dõi của họ về sau.

Chương 4

Điều Răn Thứ Ba

"Ngươi Chớ Lấy Danh Giê-hô-va Đức Chúa Trời Ngươi Mà Làm Chơi"

Xuất Ê-díp-tô Ký 20:7

"Ngươi chớ lấy danh Giê-hô-va Đức Chúa Trời ngươi mà làm chơi, vì Đức Giê-hô-va chẳng cầm bằng vô tội kẻ nào lấy danh Ngài mà làm chơi."

Dễ thấy là người Y-sơ-ra-ên thực sự yêu lời Đức Chúa Trời, từ cách họ ghi chép Kinh Thánh đến cách đọc Kinh Thánh.

Trước khi in ấn được phát minh ra, người ta phải viết Kinh Thánh bằng tay. Và mỗi khi viết đến từ "Giê-hô-va," người viết sẽ phải đi tắm nhiều lần và thậm chí sẽ thay cây bút lông đang viết, vì danh Ngài rất thánh. Và bất cứ khi nào người viết làm sai, người đó phải cắt bỏ phần đó và viết vào phần mới. Nhưng nếu từ "Giê-hô-va" bị in sai, thì người đó sẽ bắt đầu kiểm tra lại hoàn toàn từ đầu.

Cũng vậy, mỗi khi người Y-sơ-ra-ên đọc Kinh Thánh, họ không đọc tên "Giê-hô-va" lớn tiếng. Thay vào đó họ đọc là "Adonai," nghĩa là "Chúa của tôi," vì họ xem tên của Đức Chúa Trời quá thánh.

Vì tên "Yahweh" là tên đại diện cho Đức Chúa Trời, họ tin nó cũng là một sự đại diện cho vinh hiển và bản tánh tối cao của Đức Chúa Trời. Đối với họ, đó là tên đại diện cho Đấng Sáng tạo Toàn Năng.

"Ngươi Chớ Lấy Danh Giê-hô-va Đức Chúa Trời Ngươi Mà Làm Chơi"

Một số người thậm chí không nhớ là có một điều răn như vậy trong Mười Điều Răn. Ngay cả giữa vòng các tín hữu, có nhiều người không yêu mến tên của Đức Chúa Trời, và cuối cùng thì dùng sai tên của Ngài.

"Dùng sai" nghĩa là sử dụng cái gì đó sai hoặc không đúng cách. Và dùng sai tên của Đức Chúa trời là dùng tên thánh của Đức Chúa Trời theo cách sai trật, không thánh khiết, hoặc không thành thật.

Thí dụ, nếu ai đó nói theo ý riêng của mình và công bố là đang nói lời của Đức Chúa Trời, hoặc nếu ông ấy hành động theo ý ông muốn, và công bố là ông đang hành động theo ý muốn của Đức Chúa Trời, ông ấy dùng sai danh của Ngài. Dùng danh của Đức Chúa Trời để làm một lời thề không chân thật, nói giỡn xoay quanh danh của Đức Chúa Trời,..., là những thí dụ lấy danh của Đức Chúa Trời làm chơi.

Cách thông thường nữa mà người ta thường lấy danh Đức Chúa Trời làm chơi là khi có những người không tìm kiếm Ngài, đối diện với một hoàn cảnh hiểm nghèo và cảm thấy phẫn uất thì nói, "Đức Chúa Trời quá thờ ơ!" hoặc, "Nếu Đức Chúa Trời thực sự sống, thì làm sao Ngài có thể để điều này xảy ra?!"

Làm sao Đức Chúa Trời có thể kể chúng ta là vô tội nếu chúng ta, là tạo vật, lại dùng sai danh của Đấng Sáng Tạo riêng của chúng ta, Đấng Sáng Tạo đáng được vinh hiển và tôn cao? Đây là lý do chúng ta phải tôn cao Đức Chúa Trời và phải sống theo lẽ thật bằng cách luôn luôn phải tự kiểm tra mình một cách thận trọng để bảo đảm rằng chúng ta không biểu lộ tính xấc láo hay bất kính trước Đức Chúa Trời.

Vậy tại sao lấy danh Chúa làm chơi lại là một tội?

Trước Hết, Dùng Sai Danh Của Đức Chúa Trời Là Dấu Hiệu Chúng Ta Không Tin Cậy Ngài.

Giữa vòng những triết gia là những người nghiên cứu ý nghĩa của sự sống và sự tồn tại của vũ trụ, có người nói, "Đức Chúa Trời chết." Và thậm chí một số người bình thường cũng khinh suất nói, "Không có Đức Chúa Trời."

Một nhà du hành vũ trụ người Nga nói, "Tôi đi lên vũ trụ, và không nhìn thấy Đức Chúa Trời đâu cả." Nhưng là một người du hành vũ trụ, ông phải hiểu biết hơn những người khác là khu vực mà ông thám hiểm chỉ là một phần nhỏ của vũ trụ bao la. Thật là ngu dại làm sao cho một nhà du hành vũ trụ nói rằng Đức Chúa Trời, Đấng Sáng Tạo ra toàn vũ trụ, không tồn tại chỉ vì ông ta không thể tận mắt nhìn thấy Đức Chúa Trời trong một phần không gian vô nghĩa mà ông đã thám hiểu!

Thi Thiên 53:1, *"Kẻ ngu dại nói trong lòng rằng: Chẳng có Đức Chúa Trời. Chúng nó đều bại hoại, phạm tội ác gớm ghiếc;Chẳng có ai làm điều lành."* Một người mà nhìn thấy vũ trụ bằng một tấm lòng khiêm nhường thì có thể khám phá ra vô số các bằng chứng để cho thấy Đức Chúa Trời là Đấng Sáng Tạo (Rô-ma 1:20).

Đức Chúa Trời ban cho mọi người cơ hội để tin nhận Ngài. Trước Chúa Giê-su Christ, trong thời Cựu Ước, Đức Chúa Trời đã đụng chạm tấm lòng của những người tốt để họ có thể cảm nhận được Đức Chúa Trời hằng sống. Sau Chúa Giê-su Christ, bây giờ, trong thời Tân Ước, Đức Chúa Trời lại tiếp tục gõ cửa trái tim của mọi người bằng nhiều cách khác nhau để mọi người có thể nhận biết Ngài.

Đó là lý do những người tốt mở lòng mình và tiếp nhận Chúa Giê-su Christ và trở nên được cứu, bất kể họ nghe phúc âm như thế nào. Đức Chúa Trời cho phép những người sốt sắng tìm kiếm Ngài kinh nghiệm được sự hiện diện của Ngài qua một ấn tượng mạnh mẽ trong khi cầu nguyện, qua khải tượng, hoặc qua những giấc mơ tâm linh.

Có lần tôi nghe lời chứng của một thành viên trong hội thánh của chúng tôi, và tôi không thể giúp được gì nhưng chỉ kinh ngạc. Một đêm nọ, mẹ của người phụ nữ này, đã qua đời do bệnh ung thư bao tử, đã đến với cô trong một giấc mơ, nói là, "Nếu mẹ gặp Tiến Sĩ Jaerock Lee, Mục Sư Thâm Niên của Hội Thánh Manmin Central, thì mẹ sẽ được chữa khỏi..." Người phụ nữ này đã quen với Hội Thánh Manmin Central, nhưng qua kinh nghiệm này, cả gia đình cô đã ghi danh vào hội thánh và cậu con trai út được chữa khỏi chứng bệnh kinh phong.

Có nhiều người vẫn tiếp tục phủ nhận sự hiện hữu của Đức Chúa Trời, mặc dù trong thực tế Ngài đang bày tỏ cho chúng ta thấy sự hiện hữu của Ngài qua nhiều cách. Đây là vì tấm lòng của họ yếu đuối và ngu dại. Nếu những người này cứ tiếp tục cứng lòng với Đức Chúa Trời, nói thiếu thận trọng về Đức Chúa Trời, không tin cậy Ngài, thì làm sao Ngài có thể gọi họ là vô tội? Đức Chúa Trời, Đấng đếm được số tóc trên đầu chúng ta, đang xem mọi hành động của chúng ta bằng đôi mắt sáng rực. Nếu người ta không tin sự kiện này, thì chẳng còn cách nào nữa họ sẽ dùng sai danh của Đức Chúa Trời. Một số người dường như có thể họ tin, nhưng vì họ không tin từ sâu thẳm trong lòng của họ, nên họ có thể lấy danh Chúa làm chơi. Và điều này có thể trở thành tội trước mặt Đức Chúa Trời.

Thứ Hai, Dùng Sai Danh Đức Chúa Trời Là Xem Thường Đức Chúa Trời

Nếu chúng ta xem thường Đức Chúa Trời, thì có nghĩa là chúng ta không tôn kính Ngài. Nếu chúng ta dám không tôn kính Đức Chúa Trời, Đấng Sáng Tạo, thì chúng ta không thể nói là chúng ta không có tội.

Thi Thiên 96:4 nói, *"Vì Đức Giê-hô-va rất lớn, đáng được ngợi khen lắm lắm; Ngài đáng kính sợ hơn hết các thần."* Trong 1 Ti-mô-thê 6:16 nói, *"Một mình Ngài [Đức Chúa Trời] có sự không hề chết, ở nơi sự sáng không thể đến gần được, chẳng người nào từng thấy Ngài và cũng không thấy được, danh vọng quyền năng thuộc về Ngài đời đời! A-men."* Xuất Ê-díp-tô Ký 33:20, *"Ngài lại phán rằng: Ngươi sẽ chẳng thấy được mặt ta, vì không ai thấy mặt ta mà còn sống."* Đức Chúa Trời, Đấng Sáng Tạo rất lớn và quyền năng còn chúng ta, những tạo vật, không thể bất kính nhìn Ngài được.

Đó là lý do ngày xưa, những người có lương tâm tốt, mặc dù họ không biết Đức Chúa Trời, nhưng vẫn nói đến thiên đàng bằng những từ tôn kính. Thí dụ, ở Hàn Quốc, người ta sẽ dùng hình thức kính cẩn, khi nói về thiên đàng hay thời tiết, phải bày tỏ sự tôn trọng về Đấng Tạo Hóa. Họ có thể không biết ĐỨC CHÚA TRỜI, nhưng họ biết là Đấng Tạo Hóa của vũ trụ toàn năng đang gởi cho họ những thứ họ cần, như mưa, từ trời xuống. Nên họ muốn bày tỏ lòng tôn kính với Ngài qua lời nói của họ.

Hầu hết mọi người dùng lời nói để bày tỏ sự kính trọng và không dùng sai tên của cha mẹ hay những người mà trong lòng của họ thực sự kính trọng. Vậy nếu chúng ta nói về Đức Chúa Trời Đấng Sáng Tạo vũ trụ, Đấng ban sự sống, chúng ta lại không phải nói với thái độ thánh khiết nhất và bằng những lời tôn kính nhất phải không?

Đáng tiếc, có một số người ngày nay tự xưng mình là tín hữu mà không bày tỏ sự tôn kính với Đức Chúa Trời, đó là chưa kể dùng tên Ngài không nghiêm túc. Thí dụ, họ dùng danh của Chúa nói giỡn hoặc trích dẫn những lời trong Kinh Thánh theo cách bất cẩn. Vì Kinh Thánh nói, *"Ngôi lời là Đức Chúa Trời,"* (Giăng 1:1) nếu chúng ta không tôn kính lời Kinh Thánh, thì cũng giống như chúng ta không tôn kính Đức Chúa Trời.

Cách nữa không tôn kính Đức Chúa Trời là nói dối bằng danh của Ngài. Thí dụ, nếu một người nói về điều gì mà gợi lên trong tâm trí người đó và nói, "Đây là tiếng phán của Đức Chúa Trời," hoặc "Đây là điều gì đó được dẫn dắt bởi Đức Thánh Linh." Nếu chúng ta xem việc dùng tên của một người cao tuổi theo cách không thích đáng là khiếm nhã và vô lễ, thì chính chúng ta phải thận trọng hơn khi dùng danh của Đức Chúa Trời theo cách đó bao nhiêu?

Đức Chúa Trời toàn năng biết hết được lòng và ý tưởng của tất cả các sinh vật sống giống như lòng bàn tay Ngài. Và Ngài biết mọi hoạt động của họ có động cơ tốt hay xấu. Với đôi mắt giống như ngọn lửa, Đức Chúa Trời quan sát xem đời sống của con người, và Ngài sẽ phán xét mỗi người tùy theo việc họ làm. Nếu một người thực sự tin vào điều này, người đó chắc chắn sẽ không dùng sai danh của Đức Chúa Trời hay không phạm tội hỗn láo với Ngài.

Hơn nữa, chúng ta phải nên nhớ là những người thực sự yêu mến Đức Chúa Trời sẽ không chỉ thận trọng khi dùng danh của Ngài mà còn thận trọng khi sử lý những điều có liên quan đến Ngài. Những người mà thực sự yêu mến Đức Chúa Trời sẽ coi nhà thờ và của cải của nhà thờ cẩn thận hơn của nhà mình. Và họ rất cẩn thận khi xử lý tiền bạc thuộc về hội thánh, cho dù chỉ là một số lượng nhỏ.

Nếu bạn vô tình đánh vỡ một chiếc ly, một cái gương, hay một cái cánh cửa trong nhà thờ, bạn có giả vờ như nó chưa bao giờ xảy ra hay giả vờ quên nó được không? Dẫu chúng có nhỏ như thế nào, thì những cái đó cũng đã được biệt riêng cho Đức Chúa Trời và cho chức vụ của Ngài nên không bao giờ được cẩu thả hay coi thường.

Chúng ta cũng phải cẩn thận khi chúng ta phán xét hay xem thường một người của Đức Chúa Trời, hay một sự kiện được dẫn dắt bởi Đức Thánh Linh, vì chúng có liên quan trực tiếp với Đức Chúa Trời.

Mặc dù Sau-lơ đã làm nhiều điều gian ác chống lại Đa-vít và là một mối đe dọa lớn cho Đa-vít, nhưng ông tha mạng cho Sau-lơ cho đến cuối cùng, vì một lý do duy nhất Sau-lơ đã từng là một vị vua được Đức Chúa Trời xức dầu (1 Sa-mu-ên 26:23). Tương tự như vậy, một người yêu Đức Chúa Trời và tôn kính Đức Chúa Trời sẽ rất cẩn thận khi sử lý mọi việc có liên quan đến Đức Chúa Trời.

Thứ Ba, Dùng Sai Tên của Đức Chúa Trời Là để Nói Dối Bằng Danh Ngài.

Nếu bạn nhìn vào Cựu Ước, có một số tiên tri giả được ghi vào trong lịch sử của Y-sơ-ra-ên. Những tiên tri giả này đã làm cho dân chúng bị xáo trộn khi đưa ra thông tin mà họ công bố là từ Đức Chúa Trời mà hoàn toàn không phải.

Trong Phục Truyền Luật Lệ Ký 18:20, Đức Chúa Trời đã nghiêm khắc cảnh báo những người giống như này là: *"Còn kẻ tiên tri có lòng kiêu ngạo, nhân danh ta nói điều chi ta không biểu người nói, hay là nhân danh các thần khác mà nói, thì kẻ tiên tri ấy phải chết."* Nếu ai đó dùng danh của Đức Chúa Trời để nói dối, thì sự hình phạt cho hành động của họ là cái chết.

Khải Huyền 21:8 nói, *"Còn những kẻ hèn nhát, kẻ chẳng tin kẻ đáng gớm ghét, kẻ giết người, kẻ dâm loạn, kẻ phù phép, kẻ thờ thần tượng, và phàm kẻ nào nói dối, phần của chúng nó ở trong hồ có lửa và diêm cháy bừng bừng: Đó là sự chết thứ hai."*

Nếu có sự chết thứ hai, nghĩa là có sự chết thứ nhất. Điều này nói đến những người chết trong thế giới này mà không tin nhận Đức Chúa Trời. Những người này sẽ đi xuống Âm Phủ, nơi họ sẽ phải nhận những hình phạt đau đớn vì tội lỗi của họ. Mặt khác, những người được cứu sẽ giống như vua cai trị một ngàn năm trong Vương Quốc Một Ngàn Năm trên đất sau khi gặp Chúa Giê-su Christ trở lại lần thứ hai trên không trung.

Sau Vương Quốc Một Ngàn Năm, sẽ có sự phán xét của một Tòa Lớn và Trắng, nơi tất cả mọi người đều sẽ bị phán xét và hoặc là sẽ nhận được những phần thưởng thuộc linh hoặc là những sự hình phạt, tùy theo các hành động của họ. Ở thời điểm này, những linh hồn không được cứu cũng sẽ sống lại để đối mặt với sự phán xét, và mỗi người theo trọng lượng của tội lỗi sẽ bước vào hoặc là hồ lửa hoặc là lưu huỳnh cháy. Đây là những gì được biết như sự chết thứ hai.

Kinh Thánh nói tất cả những người nói dối đều sẽ phải kinh nghiệm sự chết thứ hai. Ở đây, những người nói dối nói đến bất cứ ai nói dối dùng danh của Đức Chúa Trời. Điều này không chỉ giới hạn ở các tiên tri giả; mà còn cả ở những người lấy danh của Chúa thề nguyện và bỏ lời thề nguyện, vì giống như nói dối bằng danh của Ngài và do đó dùng sai danh của Ngài. Trong Lê-vi Ký 19:12 Đức Chúa Trời phán, *"Các ngươi chớ chỉ danh ta mà thề dối, vì ngươi làm ô danh của Đức Chúa Trời mình: Ta là Đức Giê-hô-va."*

Nhưng có nhiều tín hữu thỉnh thoảng lại nói dối dùng danh của Đức Chúa Trời. Thí dụ họ có thể nói, "Trong lúc tôi cầu nguyện, tôi nghe thấy tiếng của Đức Thánh Linh. Tôi tin đó là Ngài đang làm việc," cho dù Đức Chúa Trời không làm như vậy. Hoặc, họ có thể thấy cái gì đó xảy ra và mặc dầu nó không chắc chắn, nhưng họ nói, "Đức Chúa Trời đã làm điều này xảy ra." Thật là tốt nếu đó thực sự là công việc của Đức Chúa Trời, nhưng nó trở thành một nan đề khi đó không phải là công việc của Đức Thánh Linh mà họ cứ thường xuyên nói như thế.

Dĩ nhiên, là một con cái của Đức Chúa Trời chúng ta phải luôn luôn nghe tiếng của Đức Thánh Linh và nhận sự hướng dẫn của Ngài. Nhưng quan trọng là phải biết rằng bạn là con cái được cứu của Đức Chúa Trời, không có nghĩa là bạn có thể luôn luôn nghe được tiếng của Đức Thánh Linh. Một người có thể tự trút bỏ hết tội lỗi và được đổ đầy bằng lẽ thật bao nhiêu, thì người đó càng có khả năng nghe được tiếng Đức Thánh Linh rõ ràng hơn bấy nhiêu. Và như vậy, nếu một người không sống theo lẽ thật và thỏa hiệp với thế gian, thì người đó không thể nghe được tiếng của Đức Thánh Linh rõ ràng.

Nếu ai đó đầy những lời dối trá và ghi nhãn cho các sản phẩm cách tâng bốc và phô trương theo ý tưởng xác thịt riêng của mình mà làm như công việc của Đức Thánh Linh, thì người này không chỉ nói dối trước những người khác mà còn nói dối trước mặt Đức Chúa Trời. Dẫu anh ấy có thực sự nghe được tiếng của Đức Thánh Linh, đến mức anh nghe được tiếng của Ngài tới 100 phần trăm, thì anh ấy cũng phải nên cố gắng dè dặt. Vì thế chúng ta phải tự kiềm chế không kêu điều gì đó là công việc của Đức Thánh Linh và chúng ta cũng phải rất thận trọng khi nghe những lời công bố đó.

Nguyên tắc này cũng áp dụng cho những giấc mơ, những khải tượng, và những kinh nghiệm thuộc linh khác. Một số giấc mơ được Đức Chúa Trời ban cho, nhưng một số giấc mơ có thể xuất hiện do sự khao khát mãnh liệt của một cá nhân hay do lo lắng quá. Và thậm chí một số giấc mơ có thể là công việc của Satan, cho nên đừng bao giờ vội vàng nói "Giấc mơ này đến từ Đức Chúa Trời," vì điều đó sẽ không đúng trước mặt Đức Chúa Trời.

Có nhiều khi người ta đổ lỗi cho Đức Chúa Trời về những nỗi đau khổ hay những khó khăn mà Satan hoàn toàn gây ra do tội lỗi riêng của họ. Và có nhiều khi người ta bất cẩn đặt danh của Đức Chúa Trời vào các thứ theo thói quen. Khi mọi thứ có vẻ đang đi theo cách của họ, thì họ nói, "Đức Chúa Trời ban phước cho tôi." Rồi khi khó khăn đến, họ nói, "Ôi, Chúa đã đóng cửa lại." Một số người có thể xưng nhận đức tin, nhưng quan trọng là phải biết rằng có một sự khác biệt lớn giữa một sự xưng nhận đến từ tấm lòng thật và một sự xưng nhận đến từ tấm lòng khiếm nhã khoác lác.

Châm Ngôn 3:6 nói, *"Phàm trong các việc làm của con, khá nhận biết Ngài, thì Ngài sẽ chỉ dẫn các nẻo của con."* Nhưng điều này không có nghĩa là luôn luôn dán nhãn mọi thứ bằng tên thánh của Đức Chúa Trời. Đúng ra là những người đã nhận biết Đức Chúa Trời theo các cách của họ, thì sẽ cố gắng sống trong lẽ thật bất cứ lúc nào và vì thế lại càng cẩn thận hơn khi dùng danh của Đức Chúa Trời. Và khi người ta cần sử dụng nó, người ta sẽ làm như vậy với một tấm lòng trung tín và thận trọng.

Bởi vậy, nếu chúng ta không muốn phạm tội dùng sai danh của Đức Chúa Trời thì phải cố gắng suy gẫm lời Ngài ngày và đêm, hãy tỉnh thức trong sự cầu nguyện, và hãy đầy dẫy Đức Thánh Linh. Chỉ khi chúng ta làm được điều này chúng ta mới có thể nghe được tiếng phán rõ ràng của Đức Thánh Linh và hành động trong sự công bình, theo sự hướng dẫn của Ngài.

Luôn Luôn Tôn Kính Ngài, Được Đánh Giá Là Cao Quý

Đức Chúa Trời chính xác và quá kĩ càng. Nên từng từ một Ngài sử dụng trong Kinh Thánh đều đúng và chính xác. Khi bạn nhìn vào cách Ngài nói chuyện các tín hữu, bạn có thể thấy rằng Đức Chúa Trời dùng từ đúng chính xác cho tình huống đó. Thí dụ, gọi ai đó là "Hỡi anh em," và gọi ai đó là "anh em yêu dấu," mang đến một giọng và một ý nghĩa hoàn toàn khác nhau. Thỉnh thoảng Đức Chúa Trời nói với một số người là "Hỡi các phụ lão," hay "Hỡi kẻ trẻ tuổi," hay "Hỡi con trẻ,"..., dùng những từ thích hợp này để mang đến một ý nghĩa đúng, dựa vào mực đức tin của người nhận (1 Cô-rinh-tô 1:10; 1 Giăng 2:12-13, 3:21-22).

Áp dụng các danh cho Ba Ngôi Thánh cũng giống như vậy. Chúng ta thấy rất nhiều danh được dùng cho Ba Ngôi: "Giê-hô-va Đức Chúa Trời, Đức Giê-hô-va, Đức Cha, Đấng Mê-si, Đức Chúa Giê-su, Đức Chúa Giê-su Christ, Chiên Con, Thần của Đức Giê-hô-va, Thần của Đức Chúa Trời, Thánh Linh, Đức Thánh Linh, Linh (Sáng Thế Ký 2:4; 1 Sử Ký 28:12; Thi Thiên 104:30; Giăng 1:41; Rô-ma 1:4).

Đặc biệt trong Tân Ước, trước thời điểm Chúa Giê-su Christ lên thập tự giá, Ngài được gọi là, "Giê-su, Thầy, Con của Đức Chúa Trời," nhưng sau khi Ngài chết và sống lại, Ngài được gọi là, "Chúa Giê-su Christ, Đức Chúa Giê-su Christ, Chúa Giê-su Christ ở Na-xa-rét" (1 Ti-mô-thê 6:14; Công Vụ 3:6).

Trước khi Ngài bị đóng đinh, Ngài chưa hoàn tất sứ mạng của Ngài là Đấng Cứu Chuộc, nên Ngài được gọi là "Giê-su," nghĩa là "Chính con trai ấy sẽ cứu dân mình ra khỏi tội" (Ma-thi-ơ 1:21). Nhưng sau khi Ngài hoàn tất sứ mạng của Ngài, thì Ngài được gọi là "Đấng Christ," mang nghĩa là "Đấng Cứu Chuộc."

Đức Chúa Trời, Đấng hoàn hảo cũng muốn chúng ta đúng và hoàn hảo với lời nói và hành động của chúng ta. Vì thế, bất cứ khi nào chúng ta nói về danh thánh của Đức Chúa Trời, thì chúng ta phải diễn đạt tất cả đều chính xác hơn nữa. Đó là lý do Đức Chúa Trời phán trong phần sau của 1 Sa-mu-ên 2:30, *"Vì phàm ai tôn kính ta, ta sẽ làm cho được tôn trọng, còn ai khinh bỉ ta, tất sẽ bị khinh bỉ lại."*

Cho nên, nếu chúng ta thực sự quan tâm đến Đức Chúa Trời bằng sự tôn kính từ sâu thẳm trong lòng chúng ta, thì chúng ta sẽ không bao giờ mắc lỗi dùng sai danh của Đức Chúa Trời, và chúng ta sẽ kính sợ Đức Chúa Trời trong mọi lúc. Vì thế, tôi cầu nguyện rằng các bạn có thể luôn luôn là người tỉnh thức trong sự cầu nguyện, và canh giữ tấm lòng mình, để đời sống bạn làm vinh hiển danh của Đức Chúa Trời.

Chương 5
Điều Răn Thứ Tư

"Hãy Nhớ Ngày Nghỉ Đặng Làm Nên Ngày Thánh"

Xuất Ê-díp-tô Ký 20:8-11

"Hãy nhớ ngày nghỉ đặng làm nên ngày thánh. Ngươi hãy làm hết công việc mình trong sáu ngày; nhưng ngày thứ bảy là ngày nghỉ của Giê-hô-va Đức Chúa Trời ngươi: trong ngày đó, ngươi, con trai, con gái, tôi trai tớ gái, súc vật của ngươi, hoặc khách ngoại bang ở trong nhà ngươi, đều chớ làm công việc chi hết; vì trong sáu ngày Đức Giê-hô-va đã dựng nên trời, đất, biển, và muôn vật ở trong đó, qua ngày thứ bảy thì Ngài nghỉ: vậy nên Đức Giê-hô-va đã ban phước cho ngày nghỉ và làm nên ngày thánh."

Nếu bạn tiếp nhận Đấng Christ và trở thành con cái của Đức Chúa Trời, thì những việc đầu tiên bạn cần phải làm là thờ phượng Đức Chúa Trời mỗi Chúa Nhật và dâng hiến một phần mười. Khi dâng hiến một phần mười và các phần dâng hiến của bạn bày tỏ đức tin bạn trong uy quyền của Đức Chúa Trời trên tất cả mọi lãnh vực vật chất và thuộc thể, và giữ ngày Sa-bát là ngày thánh bày tỏ đức tin của bạn trong uy quyền của Đức Chúa Trời trên lãnh vực thuộc linh (Xem Ê-xê-chi-ên 20:11-12).

Khi bạn hành động bằng đức tin, công nhận uy quyền thuộc linh và thuộc thể của Đức Chúa Trời, bạn sẽ nhận được sự bảo vệ khỏi những tai họa, những cám dỗ, và những sự đau đớn. Dâng hiến một phần mười sẽ được thảo luận chi tiết hơn trong chương 8, nên chương này sẽ tập trung đặc biệt vào việc giữ ngày nghỉ đặng làm nên ngày thánh.

Tại Sao Ngày Chúa Nhật Trở Thành Ngày Sa-bát

Ngày nghỉ đã dâng hiến cho Đức Chúa Trời gọi là ngày "Sa-bát." Điều này bắt đầu từ khi Đức Chúa Trời, Đấng Sáng Tạo, đã lập lên vũ trụ và con người trong sáu ngày và sau đó đã nghỉ trong ngày thứ bảy (Sáng Thế Ký 2:1-3). Đức Chúa Trời ban phước cho ngày này và làm nên ngày Thánh, cho con người cũng được nghỉ ngơi trong ngày này.

Trong thời Cựu Ước, ngày Sa-bát là ngày Thứ Bảy. Và ngay cả ngày hôm nay, người Do-thái vẫn giữ ngày Thứ Bảy là ngày Sa-bát. Nhưng khi chúng ta bước vào thời kỳ Tân Ước, ngày Chúa Nhật trở thành ngày Sa-bát và chúng ta bắt đầu gọi ngày này là "Ngày của Chúa." Giăng 1:17 nói, *"Vì luật pháp đã ban cho bởi Môi-se, còn ơn và lẽ thật bởi Đức Chúa Jêsus Christ mà đến."* Và Ma-thi-ơ 12:8 nói, *"Vì Con người là Chúa ngày Sa-bát."* Và đây là chính xác những gì đã xảy ra.

Vậy, tại sao ngày Sa-bát đổi từ ngày Thứ Bảy sang ngày Chúa Nhật? Là vì ngày mà cả nhân loại có thể có sự nghỉ ngơi thật qua Chúa Giê-su là ngày Chúa Nhật.

Vì sự không vâng lời của người đầu tiên, A-đam, mà cả nhân loại trở thành nô lệ cho tội lỗi và không có ngày Sa-bát thật. Người nam phải làm đổ mồ hôi mới có mà ăn phải chịu khổ và kinh nghiệm nước mắt của sự đau khổ, bệnh tật, và sự chết. Đây là lý do Chúa Giê-su đến thế gian trong hình thể của con người xác thịt và chịu đóng đinh để đền tội cho cả nhân loại. Ngài đã chết và sống lại vào ngày thứ ba, chiến thắng sự chết và trở nên trái đầu mùa của sự sống lại.

Cho nên, Chúa Giê-su đã giải quyết được hậu quả của tội lỗi và ban ngày Sa-bát thật cho cả nhân loại, từ tờ mờ sáng ngày Chúa Nhật, ngày đầu tiên sau ngày Sa-bát. Vì lý do này, trong thời Tân Ước, ngày Chúa Nhật – ngày Chúa Giê-su Christ đã hoàn tất con đường của sự cứu rỗi cho cả nhân loại – trở thành ngày Sa-bát.

Chúa Giê-su Christ, Chúa Của Ngày Sa-bát

Các môn đồ của Chúa cũng chỉ định ngày Chúa Nhật là ngày Sa-bát, hiểu được ý nghĩa thuộc linh của ngày Sa-bát. Công Vụ 20:7 nói, *"Ngày thứ nhứt trong tuần lễ, chúng ta đang nhóm lại để bẻ bánh; Phao-lô phải đi ngày mai, nên người nói chuyện với các môn đồ, và cứ giảng luôn cho đến nửa đêm,"* và 1 Cô-rinh-tô 16:2 nói, *"Cứ ngày đầu tuần lễ, mỗi một người trong anh em khá tùy sức mình chắt lót được bao nhiêu thì để dành tại nhà mình, hầu cho khỏi đợi khi tôi đến rồi mới góp."*

Đức Chúa Trời biết sự thay đổi về ngày Sa-bát này sắp xảy ra, Ngài đã nói đến điều này trong thời Cựu Ước khi Ngài phán với Môi-se, *"Hãy truyền cho dân Y-sơ-ra-ên rằng: Khi nào các ngươi đã vào xứ mà ta sẽ ban cho, và đã gặt mùa màng rồi, thì hãy đem đến cho thầy tế lễ một bó lúa đầu mùa của các ngươi. Qua ngày sau lễ sa-bát, thầy tế lễ sẽ dâng bó lúa đưa qua đưa lại trước mặt Đức Giê-hô-va, hầu cho bó lúa đó được nhậm. Chính ngày dâng bó lúa đưa qua đưa lại đó, các ngươi cũng phải dâng cho Đức Giê-hô-va một chiên con giáp năm, không tì vít chi, đặng làm của lễ thiêu"* (Lê-vi Ký 23:10-12).

Đức Chúa Trời truyền cho dân Y-sơ-ra-ên rằng khi nào họ bước vào đất Ca-na-an, họ sẽ phải dâng bó lúa đầu mùa qua ngày sau lễ Sa-bát. Bó lúa đầu mùa tượng trưng cho Chúa, Đấng trở nên trái đầu mùa của sự sống. Và một con chiên giáp năm không tì vít chi cũng tượng trưng cho Chúa Giê-su Christ, Chiên Con của Đức Chúa Trời.

Những câu này cho thấy ngày Chúa Nhật, qua ngày lễ Sa-bát, Chúa Giê-su, Đấng trở nên lễ vật bình an và trái đầu mùa của sự sống lại, sẽ ban sự sống lại và Sa-bát thật cho tất cả những ai tin cậy Ngài.

Vì lý do này, ngày Chúa Nhật, ngày Chúa Giê-su Christ phục sinh, trở thành ngày của sự vui mừng thật và ngày lễ cảm tạ; một ngày khi sự sống mới được hình thành và con đường đến sự sống đời đời được mở ra; và ngày đó cuối cùng được thay thế là ngày Sa-bát thật.

"Hãy Nhớ Ngày Nghỉ Đặng Làm Nên Ngày Thánh"

Vậy tại sao Đức Chúa Trời lại lập ngày Sa-bát là ngày thánh và tại sao Đức Chúa Trời phán với dân sự của Ngài phải giữ ngày đó là ngày thánh?

Mặc dù chúng ta có thể đang sống trong một thế giới trần tục, nhưng Đức Chúa Trời cũng muốn chúng ta phải nhớ đến những điều của thế giới thuộc linh. Ngài muốn chắc chắn hy vọng của chúng ta không phải chỉ là cho những thứ hay hư nát của thế gian này. Ngài muốn chúng ta nhớ đến Ông Chủ và

Đấng Sáng Tạo ra vũ trụ này và có hy vọng trong lẽ thật cũng như Sa-bát đời đời trong Nước của Ngài.

Xuất Ê-díp-tô Ký đoạn 20 câu 9-10 nói: *"Ngươi hãy làm hết công việc mình trong sáu ngày; nhưng ngày thứ bảy là ngày nghỉ của Giê-hô-va Đức Chúa Trời ngươi: trong ngày đó, ngươi, con trai, con gái, tôi trai tớ gái, súc vật của ngươi, hoặc khách ngoại bang ở trong nhà ngươi, đều chớ làm công việc chi hết."* Nghĩa là không có ai phải làm việc trong ngày Sa-bát. Điều này bao gồm cả bạn, những người giúp việc cho bạn, súc vật, và bất cứ người khách nào trong nhà của bạn.

Đây là lý do những người Do-thái chính thống không cho phép chuẩn bị thức ăn, di chuyển các vật nặng, hay đi xa trong ngày Sa-bát. Là vì tất cả những hoạt động này được xem như là lao động và như vậy họ không làm đúng theo các luật lệ của ngày Sa-bát. Tuy nhiên, những sự hạn chế này được làm bởi con người và được thông qua từ các trưởng lão trở xuống; vì thế chúng không phải là những luật lệ của Đức Chúa Trời.

Thí dụ, khi người Do-thái tìm lý do để buộc tội Chúa Giê-su, họ đã nhìn thấy một người teo tay và họ hỏi Chúa Giê-su, "Trong ngày Sa-bát, có phép chữa kẻ bịnh hay không?" Họ thậm chí xem việc chữa lành cho một người bệnh trong ngày Sa-bát như là "lao động" và do đó phạm luật.

Chúa Giê-su bèn phán cùng họ rằng: *"Ai trong vòng các ngươi có một con chiên, nếu đương ngày Sa-bát, bị té xuống hầm, thì há không kéo nó lên sao? Huống chi người ta trọng hơn con chiên là dường nào! Vậy, trong ngày Sa-bát có phép làm việc lành"* (Ma-thi-ơ 12:11-12).

Giữ ngày Sa-bát mà Đức Chúa Trời đang nói không phải đơn giản là kiêng không làm các loại công việc. Khi những người ngoại nghỉ ngơi không làm việc và ở nhà, hay ra ngoài thưởng thức các hoạt động giải trí, thì đây là một sự nghỉ ngơi vật lý. Đây không được xem là một "Sa-bát," vì không cho chúng ta sự sống thật. Trước tiên chúng ta phải hiểu nghĩa thuộc linh của "Sa-bát," để chúng ta giữ nó làm ngày thánh và được phước, cách Đức Chúa Trời đã định ngay từ ban đầu cho chúng ta.

Những gì Đức Chúa Trời muốn chúng ta làm trong ngày này là không phải về sự nghỉ ngơi vật lý, mà là một sự nghỉ ngơi thuộc linh. Ê-sai 58:13-14 giải thích trong ngày Sa-bát, người ta không được làm vừa ý mình, không đi đường riêng mình, không theo ý riêng mình, không nói lời riêng mình, không thưởng thức những thú vui của thế gian. Thay vào đó, họ phải giữ ngày đó là ngày thánh.

Trong ngày Sa-bát, người ta không nên bị rối vào các sự kiện thế giới, nhưng đi nhà thờ, là thân thể của Chúa; lấy bánh của sự sống, là lời của Đức Chúa Trời; có mối thông công với Chúa qua sự cầu nguyện và ngợi khen; và có sự nghỉ ngơi thuộc linh trong Chúa. Qua mối thông công với các tín hữu phải chia sẻ với nhau về ân điển của Đức Chúa Trời và nâng đỡ xây dựng đức tin của người kia. Khi chúng ta có sự nghỉ ngơi thuộc linh như thế này, Đức Chúa Trời làm cho Đức tin của chúng ta hoàn thiện và làm cho linh hồn của chúng ta được thạnh vượng.

Vậy thì, chính xác là phải làm gì để giữ ngày Sa-bát là ngày thánh?

Thứ Nhất, Chúng Ta Phải Khao Khát Những Phước Hạnh của Ngày Sa-bát và Tự Sửa Soạn Mình Để Trở Nên Những Cái Bình Tinh Sạch.

Ngày Sa-bát là ngày Đức Chúa Trời biệt riêng làm ngày thánh, và đó là một ngày vui vẻ khi chúng ta có thể nhận được những phước hạnh của Đức Chúa Trời. Phần sau của Xuất Ê-díp-tô Ký 20:11 nói, *"Vậy nên Đức Giê-hô-va đã ban phước cho ngày nghỉ và làm nên ngày thánh."* Và Ê-sai 58:13 nói, *"Nếu ngươi xưng ngày Sa-bát là ngày vui thích, coi ngày thánh của Đức Giê-hô-va là đáng kính; nếu ngươi tôn trọng ngày đó."*

Ngay cả ngày nay, người Y-sơ-ra-ên giữ ngày Thứ Bảy là ngày Sa-bát như trong thời Cựu Ước, họ bắt đầu chuẩn bị cho một ngày sa-bát trước. Họ có tất cả thức ăn đã chuẩn bị, và nếu họ đang làm việc xa nhà, họ sẽ sắp xếp để về nhà muộn nhất là tối Thứ Sáu.

Chúng ta cũng phải chuẩn bị tấm lòng của chúng ta cho ngày Sa-bát trước Chúa Nhật. Hàng tuần, chúng ta phải luôn luôn thức tỉnh trong sự cầu nguyện trước ngày Chúa Nhật tới và cố gắng sống trong lẽ thật trong mọi lúc để chúng ta không xây dựng bất cứ hàng rào tội lỗi nào ngăn cản giữa Đức Chúa Trời và chính chúng ta.

Như vậy, giữ ngày Sa-bát là ngày thánh không có nghĩa là chỉ dâng cho Đức Chúa trời một ngày đó. Nó nghĩa là sống cả tuần đúng theo lời Đức Chúa Trời. Cho nên, nếu chúng ta làm bất cứ điều gì trong tuần đó mà có thể không được Đức Chúa Trời chấp nhận, chúng ta phải ăn năn và chuẩn bị cho ngày Chúa Nhật một tấm lòng trong sạch.

Và khi đến ngày Chúa Nhật thờ phượng, chúng ta cần phải đến trước Đức Chúa Trời với lòng cảm tạ. Chúng ta phải đến trước Ngài với lòng vui mừng và chờ đợi, giống như cô dâu đang chờ đợi chàng rể của mình. Với thái độ này, chúng ta có thể tự chuẩn bị về mặt thuộc thể bằng việc đi tắm, và thậm chí có thể là đi đến thợ cắt tóc hay thẩm mĩ viện để chắc chắn là chúng ta xuất hiện trông gọn gàng ưa nhìn.

Chúng ta cũng có thể muốn lau nhà. Chúng ta cũng nên có một bộ đồ mặc trang nhã và sạch đẹp đã chọn ra từ trước, để mặc đến nhà thờ. Chúng ta không nên để bất cứ công việc đời thường nào đến khuya Thứ Bảy để ảnh hưởng đến Chúa Nhật. Chúng ta nên kiềm chế để không ngăn trở sự thờ phượng mà chúng ta dâng cho Đức Chúa Trời vào ngày Chúa Nhật. Cũng vậy, chúng ta cần phải cố gắng bảo vệ tấm lòng của chúng ta khỏi cáu kỉnh, tức giận, hay buồn phiền, để chúng ta có thể thờ phượng Đức Chúa Trời trong tâm linh và lẽ thật.

Bằng một tấm lòng nóng cháy và yêu mến, chúng ta nên liệu

trước ngày Chúa Nhật và tự sửa soạn mình để trở nên chiếc bình xứng đáng nhận ân điển của Đức Chúa Trời. Điều này sẽ làm cho chúng ta kinh nghiệm được một Sa-bát thuộc linh trong Chúa.

Thứ Hai, Chúng Ta Phải Dâng Hoàn Toàn Cả Ngày Chúa Nhật Cho Đức Chúa Trời

Ngay cả giữa vòng các tín hữu, có nhiều người dâng cho Đức Chúa Trời chỉ một buổi thờ phượng vào sáng Chúa Nhật, và sau đó bỏ buổi thờ phượng tối. Họ bỏ như vậy để nghỉ ngơi, để hoạt động thư giãn, hoặc để quan tâm đến những công việc khác. Nếu chúng ta thực sự muốn giữ ngày Sa-bát là ngày thánh với một tấm lòng kính sợ Đức Chúa Trời, thì chúng ta phải giữ cả ngày đó thánh. Lý do chúng ta bỏ những buổi nhóm ban chiều để làm nhiều việc khác là vì chúng ta để tấm lòng của chúng ta làm hài lòng xác thịt, và rồi chúng ta bận rộn với những việc thế gian.

Với loại thái độ này, rất dễ làm sao lãng với những tư tưởng khác trong giờ nhóm sáng. Và mặc dù chúng ta đã đến hội thánh, nhưng chúng ta cũng không thể dâng cho Đức Chúa Trời sự thờ phượng thật. Trong giờ thờ phượng, tâm trí của chúng ta có thể đầy những ý tưởng như là, "Tôi sẽ về nhà và nghỉ ngơi thư giãn ngay khi buổi nhóm này kết thúc," hoặc "Ồ, sẽ không được vui lắm nếu sau giờ nhóm mới được gặp các bạn," hoặc "Tốt hơn là phải nhanh chóng và mở cửa hàng ra ngay sau khi buổi nhóm này xong." Tất cả các loại ý tưởng sẽ đến và xuất hiện trong tâm trí của chúng ta và chúng ta sẽ không thể nào tập trung vào sứ điệp được, hay thậm chí chúng ta có thể trở nên buồn ngủ và mệt mỏi trong buổi thờ phượng.

Dĩ nhiên đối với những tân tín hữu, vì đức tin của họ còn non trẻ, họ có thể dễ sao lãng, hoặc vì họ rất mệt mỏi về thể xác, họ có thể buồn ngủ. Vì Đức Chúa Trời biết được lượng đức tin của mọi người và nhìn vào tấm lòng của mỗi người, Ngài sẽ thương xót họ. Nhưng giả dụ có ai đó được xem là có lượng đức tin đều đều mà lại sao lãng và buồn ngủ trong giờ thờ phượng, thì người ấy đơn giản là thiếu sự tôn kính với Đức Chúa Trời.

Giữ ngày Sa-bát làm ngày thánh không có nghĩa là chỉ cơ thể vật lý ở trong nhà thờ vào ngày Chúa Nhật là đủ. Nó có nghĩa là giữ tấm lòng và sự quan tâm của chúng ta tập trung vào Đức Chúa Trời. Chỉ khi chúng ta thờ phượng Đức Chúa Trời cả ngày Chúa Nhật trong tâm thần và lẽ thật thì Ngài mới vui lòng nhận của lễ thơm trong sự thờ phượng.

Để giữ ngày Sa-bát là ngày thánh, bạn phải dùng thì giờ của bạn ngoài giờ thờ phượng như thế nào cũng rất quan trọng. Chúng ta không nên nghĩ, "Vì tôi đã tham dự thờ phượng rồi, tôi đã làm mọi thứ tôi cần phải làm rồi." Sau giờ thờ phượng, chúng ta cần phải có mối thông công với các tín hữu khác và phục vụ vương quốc của Đức Chúa Trời bằng cách lau dọn nhà thờ, hoặc hướng dẫn đi lại trong bãi đậu xe của nhà thờ, hoặc làm những công việc tình nguyện khác trong nhà thờ.

Và sau khi ngày đó được hoàn tất chúng ta về nhà nghỉ ngơi, chúng ta không nên có các hoạt động giải trí chỉ với một mục đích để làm thỏa mãn mình. Thay vào đó, chúng ta nên suy gẫm sứ điệp chúng ta nghe trong ngày đó, hoặc để thời gian nói chuyện và chia sẻ với gia đình của chúng ta về ân điển và lẽ thật của Đức Chúa Trời. Sẽ là một ý tưởng hay khi giữ tivi ở chế độ tắt, nhưng nếu chúng ta xem, chúng ta nên cố gắng tránh các loại trình chiếu mà có thể gây ra ham muốn hoặc khiến chúng ta phải tìm kiếm để làm thỏa mãn xác thịt. Hãy chuyển sang các chương trình lành mạnh, trong sáng để không làm ảnh hưởng đến đức tin.

Khi chúng ta bày tỏ cho Đức Chúa Trời thấy là chúng ta đang cố gắng hết sức để làm đẹp lòng Ngài, ngay cả những điều rất nhỏ, Đức Chúa Trời nhìn vào trong tấm lòng của con người bề trong chúng ta, sẽ vui lòng nhận sự thờ phượng của chúng ta, đổ đầy dẫy Đức Thánh Linh trên chúng ta, và ban phước để chúng ta có sự nghỉ ngơi thật.

Thứ Ba, Chúng Ta Không Được Làm Việc Thế Gian

Nê-hê-mi, người cai trị nhà Y-sơ-ra-ên dưới Vua Ạt-ta-xét-xe, Vua nước Ba-tư, hiểu được ý muốn của Đức Chúa Trời, không chỉ xây lại tường thành Giê-ru-sa-lem mà còn làm cho dân sự giữ được ngày Sa-bát làm ngày thánh.

Đó là lý do ông cấm làm việc hay buôn bán vào ngày Sa-bát,

và thậm chí ông còn đuổi những người ngủ ngoài thành đang đợi ở đó để làm thương mại sau ngày lễ Sa-bát.

Nê-hê-mi 13:17-18, *"Bấy giờ tôi quở trách các người tước vị Giu-đa, mà rằng: Việc xấu xa các ngươi làm đây là chi, mà làm cho ô uế ngày sa-bát? Tổ phụ các ngươi há chẳng đã làm như vậy sao? Nên nỗi Đức Chúa Trời há chẳng có dẫn tai họa kia đến trên chúng ta và trên thành nầy ư? Còn các ngươi làm ô uế ngày sa-bát mà tăng thêm cơn thạnh nộ cho Y-sơ-ra-ên!"* Những gì Nê-hê-mi nói là đang làm thương mại vào ngày Sa-bát, vi phạm ngày Sa-bát và khêu gợi lòng tức giận của Đức Chúa Trời.

Bất cứ ai phạm vào ngày Sa-bát, không nhận ra uy quyền của Đức Chúa Trời và không tin lời hứa của Ngài là sẽ ban phước cho những ai giữ ngày Sa-bát làm ngày thánh. Thì đó là lý do, Đức Chúa Trời, Đấng công bình, không thể bảo vệ họ, và những tai ương cứ vây quanh họ.

Đức Chúa Trời vẫn phán truyền những điều như vậy cho chúng ta ngày nay. Ngài phán dạy chúng ta phải làm việc chăm chỉ trong sáu ngày, và nghỉ ngơi vào ngày thứ bảy. Và nếu chúng ta nhớ giữ ngày Sa-bát làm ngày thánh, thì Ngài không chỉ ban cho chúng ta đủ lợi nhuận mà chúng ta có thể làm trong ngày thứ bảy, mà Ngài sẽ ban phước cho chúng ta đến mức 'không còn chỗ chứa' nữa.

Nếu chúng ta xem trong Xuất Ê-díp-tô Ký 16, bạn sẽ thấy là

trong lúc Đức Chúa Trời cung cấp ma-na và thịt chim cút cho dân Y-sơ-ra-ên hàng ngày, trong ngày thứ sáu, Ngài đã đổ xuống gấp đôi phần Ngài đổ xuống những ngày khác, để họ có thể chuẩn bị cho ngày Sa-bát. Trong vòng dân Y-sơ-ra-ên, vẫn còn có một số người tính ích kỷ, đã ra ngoài để nhặt ma-na trong ngày Sa-bát nhưng đã trở về tay không.

Luật thuộc linh cũng được áp dụng đúng như vậy cho chúng ta ngày hôm nay. Nếu một con cái của Đức Chúa Trời không giữ ngày Sa-bát làm ngày thánh và quyết định làm việc trong ngày Sa-bát, anh ấy có thể gặt hái được một ít lợi nhuận, nhưng trong thời gian dài, vì lý do này mà anh ấy sẽ hoàn toàn kinh nghiệm được một sự tổn thất lâu dài.

Lẽ thật của vấn đề này là, cho dù nó giống như bạn đang làm lợi trong giờ đó, mà không có Đức Chúa Trời bảo vệ, thì bạn sắp phải kinh nghiệm một số khó khăn bất ngờ. Thí dụ, bạn có thể gặp tai nạn, hoặc bị bệnh, ..., cuối cùng sẽ tổn thất lớn hơn những lợi nhuận mà bạn đã kiếm thêm.

Mặt khác, nếu bạn nhớ ngày Sa-bát là ngày thánh, thì Đức Chúa Trời sẽ canh gác cho bạn nghỉ ngơi tuần đó và dẫn bạn đến sự thịnh vượng. Đức Thánh Linh sẽ bảo vệ bạn bằng trụ lửa, và bảo vệ bạn khỏi bệnh tật. Ngài sẽ ban phước cho bạn và cho công việc của bạn, nơi làm việc của bạn, và bất cứ nơi nào bạn đi.

Đây là lý do Đức Chúa Trời làm điều răn này, một trong Mười Điều Răn. Thậm chí Ngài còn lập ra một hình phạt nặng, ném đá những người bị bắt gặp đang làm việc vào ngày Sa-bát, để dân sự của Ngài nhớ và không quên tầm quan trọng của ngày Sa-bát và không đi xuống con đường của sự chết đời đời (Dân Số Ký Chương 15).

Ngay từ lúc, tôi tiếp nhận Đấng Christ vào trong đời sống của tôi, tôi đã nhớ phải giữ ngày Sa-bát làm ngày thánh. Trước khi tôi thành lập hội thánh, tôi đã trông nom một hiệu sách. Vào những ngày Chúa Nhật, nhiều người muốn đến hiệu sách để mượn hay trả lại sách. Và mỗi khi điều này xảy ra, tôi nói, "Ngày hôm nay là Ngày của Chúa, nên cửa hàng đóng cửa," và tôi không làm việc vào ngày đó. Kết quả là, thay vì phải kinh nghiệm một sự tổn thất, thì Đức Chúa Trời lại đổ xuống nhiều phước hạnh trong sáu ngày kia chúng tôi làm việc, nên chúng tôi chưa bao giờ phải nghĩ sẽ làm việc vào ngày Chúa Nhật!

Khi Làm Việc Hay Làm Kinh Doanh Trong Ngày Sa-bát Được Cho Phép

Khi bạn đọc Kinh Thánh, có những trường hợp làm việc hay làm thương mại vào ngày Sa-bát được cho phép. Đó là những trường hợp mà công việc đó cần thiết cho công việc Chúa hoặc cho những việc làm lành, như là cứu người.

Ma-thi-ơ 12:5-8 nói, *"Hay là các ngươi không đọc trong sách luật, đến ngày Sa-bát, các thầy tế lễ trong đền thờ phạm luật ngày đó, mà không phải tội sao? Vả lại, ta phán cùng các ngươi, tại chỗ nầy có một đấng tôn trọng hơn đền thờ. Phải chi các ngươi hiểu nghĩa câu nầy: Ta muốn lòng nhân từ, không muốn của tế lễ, thì các ngươi không trách những người vô tội; vì Con người là Chúa ngày Sa-bát."*

Khi các thầy tế lễ giết các con thú và thiêu dâng lên trong ngày Sa-bát, nó không được xem là lao động. Vì bất cứ công việc nào được làm cho Chúa trong Ngày của Chúa thì không được xem là vi phạm ngày Sa-bát, vì Ngài là Chúa của ngày Sa-bát.

Thí dụ, nếu hội thánh muốn phục vụ cho ban hát và các thầy một bữa ăn vì đã làm việc vất vả cả ngày Chúa Nhật, nhưng nhà thờ không có quán ăn tự phục vụ hay không đủ tiện nghi để làm việc này, thì cho phép hội thánh được mua thức ăn ở nơi khác cho họ. Đây là vì Chúa của ngày Sa-bát là Chúa Giê-su Christ, và mua thức ăn trong trường hợp này là làm công việc của Chúa. Dĩ nhiên, nó sẽ là ý tưởng hay hơn nếu thức ăn được chuẩn bị trong nhà thờ.

Khi các hiệu sách được mở vào ngày Chúa Nhật trong nhà thờ, nó không được xem là mạo phạm Sa-bát vì những vật này được bán bởi nhà sách của nhà thờ chứ không phải những vật của thế gian, chúng chỉ là những vật đem sự sống đến cho các tín hữu trong Chúa. Chúng bao gồm Kinh Thánh, Thánh Ca, băng thu âm các bài giảng, và những thứ liên quan đến nhà thờ khác. Cũng vậy, công việc buôn bán các máy móc và căng tin trong nhà thờ cũng được cho phép vì chúng giúp cho các tín hữu trong nhà thờ vào ngày Sa-bát. Lợi nhuận từ những việc bán hàng này được dùng để ủng hộ cho các hội truyền giáo và các tổ chức, nên chúng khác với lợi nhuận buôn bán ngoài thế gian.

Đức Chúa Trời không xem một số công việc trong ngày Sa-bát là phạm luật Sa-bát như là quân đội, cơ quan công an, các bệnh viện,.... Có những nghề mà công việc đó được làm để bảo vệ và cứu người và làm những việc lành khác. Tuy nhiên, cho dù bạn rơi vào loại người này, thì bạn cũng phải cố gắng tập trung vào Đức Chúa Trời, dù chỉ là trong tấm lòng của bạn. Tấm lòng của bạn phải sẵn lòng để nghị cấp trên của bạn đổi ngày nghỉ của bạn, nếu điều đó có thể, để giữ ngày Sa-bát.

Những tín hữu tổ chức đám cưới của họ vào ngày Chúa Nhật thì sao? Nếu họ công bố tin cậy Đức Chúa Trời và họ có hôn lễ vào Ngày của Chúa, thì điều đó bày tỏ rằng đức tin của họ rất trẻ. Nhưng nếu họ quyết định có lễ cưới vào ngày Chúa Nhật và không có ai trong hội thánh của họ tham dự lễ cưới, họ có thể cảm thấy bị xúc phạm và sa ngã trong đức tin mình. Nên trong trường hợp này, các thành viên trong hội thánh có thể tham dự lễ cưới sau buổi nhóm thờ phượng ngày Chúa Nhật.

Đó là để bày tỏ sự quan tâm đối với các cá nhân những người lập gia đình và ngăn chặn những cảm giác bị tổn thương và vấp ngã trong đời sống đức tin của họ. Tuy nhiên, sau lễ cưới không có thể chấp nhận cho bạn ở lại tiệc chiêu đãi dự định dành cho khách mời để thưởng thức nếu hội thánh còn có buổi nhóm.

Ngoài những trường hợp này ra, có thể còn có nhiều câu hỏi về ngày Sa-bát. Nhưng một khi bạn bắt đầu hiểu được tấm lòng của Đức Chúa Trời thì bạn có thể dễ dàng tìm thấy câu trả lời cho những câu hỏi đó. Khi bạn loại bỏ hết mọi điều xấu xa trong lòng của bạn, thì bạn có thể thờ phượng Đức Chúa Trời bằng cả tấm lòng của bạn. Bạn có thể hành động bằng tình yêu chân thành dành cho các linh hồn khác thay vì đoán xét họ bằng những luật lệ của con người và những nguyên tắc giống như người Sa-đu-sê và người Pha-ri-si. Bạn có thể vui hưởng ngày Sa-bát thật trong Chúa mà không mạo phạm Ngày của Chúa. Như vậy, bạn sẽ biết được ý muốn của Đức Chúa Trời trong mọi hoàn cảnh. Bạn sẽ biết phải làm gì theo sự hướng dẫn của Đức Thánh Linh và bạn sẽ luôn luôn có thể vui hưởng sự tự do bằng cách sống trong lẽ thật.

Đức Chúa Trời là sự yêu thương, nên nếu con cái của Ngài vâng theo các điều răn của Ngài và làm những gì đẹp lòng Ngài, thì Ngài sẽ ban cho họ bất cứ điều gì họ cầu xin (1 Giăng 3:21-22). Ngài sẽ không chỉ bày tỏ cho chúng ta thấy ân điển của Ngài, mà Ngài còn ban phước cho chúng ta để chúng ta được thạnh vượng và thành công trong mọi lãnh vực của cuộc sống. Cuối cuộc đời của chúng ta Ngài sẽ dẫn chúng ta đến nơi cư ngụ tốt nhất ở thiên đàng.

Ngài đã chuẩn bị thiên đàng cho chúng ta đến nỗi, như nàng dâu và chàng rể cùng nhau chia sẻ hạnh phúc, chúng ta có thể chia sẻ tình yêu và hạnh phúc đời đời trên thiên đàng với Chúa của chúng ta. Đây là Sa-bát thật mà Đức Chúa Trời đã để dành sẵn cho chúng ta. Nên tôi cầu nguyện rằng đức tin của các bạn sẽ trưởng thành và trở nên lớn hơn mỗi ngày, khi bạn nhớ giữ ngày Sa-bát là ngày thánh và trọn vẹn.

Chương 6
Điều Răn Thứ Năm

"Hãy Hiếu Kính Cha Mẹ Ngươi"

Xuất Ê-díp-tô Ký 20:12

"Hãy hiếu kính cha mẹ ngươi, hầu cho ngươi được sống lâu trên đất mà Giê-hô-va Đức Chúa Trời ngươi ban cho."

Một mùa đông lạnh lẽo, khi những đường phố của Hàn Quốc đầy những người tị nạn đau khổ từ sự tàn phá của Chiến Tranh Hàn Quốc, có một người phụ nữ trước ngày sanh nở. Cô phải đi nhiều dặm để đến được đích theo kế hoạch của cô, nhưng vì sự co bóp dạ con của cô càng lúc càng mạnh hơn và thường xuyên hơn, cô đã cẩn thận trèo xuống dưới cái cầu bỏ hoang. Nằm trên nền đất lạnh, băng giá, cô một mình chịu đựng những sự đau đớn của sanh đẻ và đã mang đến cho thế giới thêm một hài nhi. Rồi cô bọc bé trai còn đỏ hỏn bằng bộ quần áo riêng của cô và ôm bé vào trong ngực mình.

Một lát sau, một người lính Mỹ đi qua chiếc cầu đó đã nghe thấy tiếng khóc của em bé. Lần theo tiếng khóc của em bé, anh ấy đã trèo xuống dưới cầu và tìm thấy một người phụ nữ trần truồng chết cóng, khom người trên em bé đang khóc được bọc bằng những lớp quần áo. Cũng giống như người phụ nữ trong câu truyện này, những người cha người mẹ yêu con cái mình đến mức dễ dàng từ bỏ mạng sống riêng của mình cho con cái. Vậy thì, bạn thử nghĩ xem tình yêu thương vô điều kiện của Đức Chúa Trời dành cho chúng ta còn lớn hơn bao nhiêu?

"Hãy Hiếu Kính Cha Mẹ Ngươi"

"Hãy hiếu kính cha mẹ ngươi" nghĩa là phải vâng theo ý muốn của cha mẹ, và phải phục vụ họ bằng lòng chân thành kính trọng và nhã nhặn. Cha mẹ của chúng ta sanh ra chúng ta và nuôi dạy chúng ta khôn lớn. Nếu cha mẹ của chúng ta không có, thì chúng ta sẽ không có. Nên ví thử Đức Chúa Trời không lập điều răn này trong Mười Điều Răn, thì con người với lương tâm tốt dù sao cũng sẽ hiếu kính cha mẹ của họ.

Đức Chúa Trời ban cho chúng ta điều răn này, "Hãy hiếu kính cha mẹ ngươi," vì như Ngài đã đề cập đến trong Ê-phê-sô 6:1, *"Hỡi kẻ làm con cái, hãy vâng phục cha mẹ mình trong Chúa, vì điều đó là phải lắm."* Ngài muốn chúng ta hiếu kính với cha mẹ của chúng ta theo lời của Ngài. Nếu bạn tình cờ không vâng theo lời Đức Chúa Trời để làm đẹp lòng cha mẹ, thì đó không phải là sự hiếu kính cha mẹ thật.

Thí dụ, nếu bạn sắp đi đến nhà thờ vào ngày Chúa Nhật và cha mẹ của bạn nói, "Hôm nay không được đi nhà thờ. Hãy dành thời gian cho gia đình," vậy bạn phải làm gì? Nếu bạn vâng lời cha mẹ để làm đẹp lòng họ, thì đó thực sự không phải là hiếu kính họ. Đó là phạm luật ngày Sa-bát và sắp đi xuống nơi tối tăm đời đời cùng với cha mẹ của bạn.

Dù là bạn vâng lời và phục vụ họ tốt về mặt thuộc thể, thì cũng vì điều này, thuộc linh, con đường đó dẫn đến địa ngục đời đời, làm sao bạn có thể nói bạn yêu cha mẹ của bạn thật? Trước tiên bạn phải hành động theo ý muốn của Đức Chúa Trời, và sau đó hãy cố gắng xoay chuyển tấm lòng của cha mẹ để bạn có thể cùng họ lên thiên đàng. Đây mới là sự hiếu kính thật.

2 Sử Ký 15:16 nói, *"Và lại, vì Ma-a-ca, mẹ vua A-sa, đã làm*

một hình tượng gớm ghê cho thần A-sê-ra, nên vua A-sa lột chức thái hậu của bà, đánh đổ hình tượng ấy và nghiền nát đi, rồi thiêu đốt trong trũng Xết-rôn."

Nếu thái hậu của một nước thờ cúng hình tượng, bà ấy đang chống đối lại với Đức Chúa Trời và bước tới sự đoán phạt đời đời. Không chỉ như vậy, bà ta đang gây nguy hiểm cho các thần dân của bà bởi làm cho họ phạm vào những hành động thờ cúng hình tượng và sa ngã vào cùng một sự đoán phạt đời đời với bà. Đó là lý do mà ngay cả Ma-a-ca là mẹ của ông, A-sa không cố gắng làm đẹp lòng bà bằng cách vâng lời bà, nhưng thay vào đó ông đã cách chức bà khỏi vị trí của một thái hậu để bà có thể ăn năn về những việc làm sai trật của bà trước mặt Đức Chúa Trời và dân sự có thể thức tỉnh và làm giống như vậy.

Nhưng Vua A-sa cách chức mẹ ông khỏi chức thái hậu không có nghĩa là ông ngưng thực hiện bổn phận của ông là một người con. Ông càng yêu linh hồn của mẹ ông, thì ông càng tiếp tục tôn trọng và hiếu kính bà là mẹ của ông.

Để nói, "Tôi thực sự hiếu kính cha mẹ của tôi," thì chúng ta phải giúp những cha mẹ chưa tin Chúa nhận được sự cứu rỗi và đi đến thiên đàng. Nếu cha mẹ của chúng ta đã là những tín hữu rồi, thì chúng ta phải giúp họ vào nơi nghỉ tốt nhất ở thiên đàng. Cùng lúc đó, chúng ta cũng nên cố gắng phục vụ và làm đẹp lòng họ bấy nhiêu chúng ta có thể trong lẽ thật của Đức Chúa Trời, trong khi còn sống trên đất này.

Đức Chúa Trời là Cha của Linh Hồn Chúng Ta

"Hiếu kính cha mẹ" cuối cùng nghĩa cũng giống như là "Vâng giữ các điều răn của Đức Chúa Trời và tôn kính Ngài." Nếu ai đó thực sự tôn kính Đức Chúa Trời tận đáy lòng mình, thì người ấy cũng sẽ hiếu kính cha mẹ. Và cũng giống như vậy, nếu ai đó chân thành phục vụ cha mẹ mình, thì người ấy cũng sẽ chân thành phục vụ Đức Chúa Trời. Nhưng lẽ thật của vấn đề này là, khi nói đến ưu tiên thì Đức Chúa Trời phải là trước nhất.

Thí dụ, trong nhiều nền văn hóa nếu người cha nói với người con là, "Hãy đi về phía đông," Rồi người con sẽ vâng lời và đi về phía đông. Nhưng nếu lúc này, ông nội của cậu nói, "Không, không được đi về phía đông. Hãy đi về phía tây." Vậy đúng hơn cho người con đó là phải nói với cha của mình là, "Ông nội, nói con phải đi về phía tây," và sau đó đi về phía tây.

Nếu người cha thực sự hiếu kính với cha của ông, thì ông ấy sẽ không tức giận vì con mình đã vâng lời ông nội thay vì vâng lời mình. Hành động vâng lời những người lớn tuổi, tùy theo thứ bậc trong gia đình của họ, cũng áp dụng cho mối quan hệ của chúng ta với Đức Chúa Trời.

Đức Chúa Trời là Đấng đã sáng tạo và ban sự sống cho ba, ông nội, và tất cả tổ tiên của chúng ta. Một người được tạo dựng bởi sự kết hợp của một tinh trùng và một trứng. Nhưng Đấng ban cho con người hạt giống của sự sống cơ bản là Đức Chúa Trời.

Cơ thể hữu hình của chúng ta không có gì hơn những cái lều tạm chúng ta sử dụng trong một thời gian ngắn chúng ta sống ở đây trên đất này. Sau Đức Chúa Trời, ông chủ thật của mỗi người trong chúng ta chính là linh hồn trong chúng ta. Cho dù con người có hiểu biết và thông minh bao nhiêu, thì cũng không ai có thể tách được linh hồn của con người. Và dù con người có khả năng tách các tế bào người và tạo thành một hình thể người, trừ khi Đức Chúa Trời ban cho hình thể đó một linh hồn, còn không chúng ta không thể gọi hình thể đó là một người được.

Vì thế, Cha thật của linh hồn chúng ta là Đức Chúa Trời. Nhận biết sự kiện này, chúng ta nên làm hết mình để phục vụ và hiếu kính với cha mẹ thuộc thể của chúng ta, nhưng chúng ta phải yêu mến, hầu việc, và tôn kính Đức Chúa Trời hơn, vì Ngài là Đấng Sáng Tạo và là Đấng ban sự sống.

Nên nếu cha mẹ hiểu được điều này sẽ không bao giờ nghĩ, "Tôi sanh ra con của tôi, nên tôi có thể làm gì tôi muốn." Như đã được chép trong Thi Thiên 127:3, *"Kìa, con cái là cơ nghiệp bởi Đức Giê-hô-va mà ra; Bông trái của tử cung là phần thưởng."* Cha mẹ có đức tin sẽ xem con cái của họ là cơ nghiệp Đức Chúa Trời ban cho và là một linh hồn vô giá phải được nuôi dưỡng theo ý muốn của Đức Chúa Trời chứ không theo ý riêng của họ.

Làm Sao Để Tôn Kính Đức Chúa Trời, Cha của Linh Hồn Chúng Ta

Vậy, chúng ta phải làm gì để tôn kính Đức Chúa Trời, Cha của linh hồn chúng ta?

Nếu bạn thực sự hiếu kính cha mẹ, bạn nên vâng lời họ và cố gắng mang lại niềm vui và yên ủi tấm lòng của họ. Cũng giống như vậy, nếu chúng ta thực sự muốn tôn kính Đức Chúa Trời, bạn phải yêu mến Ngài và vâng giữ các điều răn của Ngài.

Như đã được chép trong 1 Giăng 5:3, *"Vì nầy, là sự yêu mến Đức Chúa Trời, tức là chúng ta vâng giữ điều răn Ngài. Điều răn của Ngài chẳng phải là nặng nề."* Nếu bạn thực sự yêu mến Đức Chúa Trời, thì vâng giữ các điều răn của Ngài sẽ lấy làm thú vị.

Các điều răn của Đức Chúa Trời là những lời được chép trong sáu mươi sáu sách trong Kinh Thánh. Nói chung, có những từ giống như "yêu, tha thứ, bình an, phục vụ, cầu nguyện,"..., Đức Chúa Trời phán dạy chúng ta làm một số điều, và sau đó có những từ giống như là "Đừng ghét, đừng lên án, đừng kiêu ngạo,"..., Đức Chúa Trời phán dạy chúng ta không được làm điều gì đó. Cũng có những từ giống như là "Hãy quăng xa mọi hình thức tội lỗi,"..., Đức Chúa Trời phán dạy chúng ta hãy trừ bỏ điều gì đó ra khỏi đời sống của chúng ta, và những từ như là "Hãy giữ ngày nghỉ đặng làm nên ngày thánh,"..., Đức Chúa Trời phán với chúng ta phải giữ điều gì đó.

Chỉ khi nào chúng ta hành động theo các điều răn được ghi chép trong Kinh Thánh và trở thành một thức hương có mùi thơm cho Đức Chúa Trời như là Cơ-đốc-nhân, thì chúng ta mới có thể nói chúng ta đang thực sự tôn kính Đức Chúa Trời là Cha.

Dễ thấy là người ta yêu mến và tôn kính Đức Chúa Trời được thì cũng yêu và hiếu kính cha mẹ thuộc thể của họ. Đó là vì những điều răn của Đức Chúa Trời bao gồm cả việc hiếu kính cha mẹ và yêu anh em của chúng ta.

Liệu bạn có yêu mến Đức Chúa Trời và hết mình phục vụ Ngài ở hội thánh, nhưng lại bỏ bê cha mẹ ở nhà không? Bạn có khiêm nhường và nhã nhặn trước anh chị em ở hội thánh nhưng đôi lúc lại vô lễ và xúc phạm gia đình của bạn ở nhà không? Bạn có đe dọa cha mẹ già của bạn bằng lời nói và hành động để làm cho họ thất vọng, nói rằng lời nói của họ không có ý nghĩa gì cả không?

Dĩ nhiên, có thể có nhiều lần bạn và cha mẹ của bạn có những quan điểm mâu thuẫn do những sự khác biệt trong thế hệ, giáo dục, hay văn hóa. Tuy nhiên, chúng ta phải luôn luôn cố gắng tôn trọng và hiếu kính với những quan điểm của cha mẹ chúng ta trước. Mặc dầu chúng ta có thể đúng, miễn là quan điểm của họ không trái với Kinh Thánh, chúng ta có thể nên nhượng bộ những quan điểm riêng của chúng ta cho quan điểm của họ.

Chúng ta đừng bao giờ quên hiếu kính cha mẹ của chúng ta bằng cách hiểu rằng chúng ta có thể sống và trưởng thành như vậy là nhờ vào tình yêu và sự hy sinh của họ dành cho chúng ta. Một số người có thể cảm thấy giống như cha mẹ của họ không làm cái gì cho họ và thấy khó hiếu kính cha mẹ được. Tuy nhiên, dù là một số cha mẹ có thể không trung tín với những trách nhiệm của họ là cha mẹ, nhưng chúng ta phải nhớ là hiếu kính cha mẹ, những người đã sinh ra chúng ta là phép lẽ độ cơ bản của con người.

Nếu Bạn Yêu Đức Chúa Trời, Hiếu Kính Cha Mẹ

Yêu Đức Chúa Trời và hiếu kính cha mẹ có liên quan chặt chẽ với nhau. 1 Giăng 4:20 nói, *"Ví có ai nói rằng: Ta yêu Đức Chúa Trời, mà lại ghét anh em mình, thì là kẻ nói dối; vì kẻ nào chẳng yêu anh em mình thấy, thì không thể yêu Đức Chúa Trời mình chẳng thấy được."*

Nếu ai đó nói yêu Đức Chúa Trời mà không yêu cha mẹ và không sống bình yên với các anh các chị mình, thì người đó là kẻ giả hình, và là kẻ nói dối. Đó là lý do tại sao trong Ma-thi-ơ Chương 15 câu 4-9 chúng ta thấy Chúa Giê-su quở trách người Pha-ri-si và các thầy thông giáo. Theo truyền thống của các trưởng lão, cứ miễn là họ đang dâng hiến cho Đức Chúa Trời, thì họ không phải lo dâng cho cha mẹ của họ nữa.

Nếu ai đó nói mình không thể dâng bất cứ cái gì cho cha mẹ vì mình phải dâng cho Đức Chúa Trời, điều này không chỉ phá luật lệ của Đức Chúa Trời về sự hiếu kính cha mẹ, mà còn vì người ấy đang dùng Đức Chúa Trời như một sự bào chữa, điều này rõ ràng là xuất phát từ một tấm lòng xấu xa; muốn quẳng đi nghĩa vụ của mình với cha mẹ để làm thỏa mãn chính mình. Còn những người mà thực sự yêu mến và tôn kính Đức Chúa Trời từ trong lòng của họ thì cũng sẽ yêu và hiếu kính với cha mẹ.

Nếu ai đó có vấn đề về tình cảm với cha mẹ trong quá khứ nhưng giờ hiểu được tình yêu của Đức Chúa Trời hơn, người ấy cũng sẽ hiểu hơn về tình yêu của cha mẹ. Bạn càng hiểu lẽ thật, loại bỏ hết mọi tội lỗi, và sống theo lời Đức Chúa Trời, thì tấm lòng của bạn sẽ càng trở nên đầy dẫy tình yêu thương thật, và bạn sẽ càng có thể phục vụ và yêu mến cha mẹ của mình.

Những Phước Hạnh Bạn Nhận Được Khi Bạn Vâng Giữ Điều Răn Thứ Năm

Đức Chúa Trời lập một lời hứa với những người yêu mến Đức Chúa Trời và hiếu kính với cha mẹ. Xuất Ê-díp-tô Ký 20:12 nói, *"Hãy hiếu kính cha mẹ ngươi, hầu cho ngươi được sống lâu trên đất mà Giê-hô-va Đức Chúa Trời ngươi ban cho."*

Câu này không đơn giản nghĩa là bạn sẽ sống lâu nếu bạn hiếu kính với cha mẹ. Nó có nghĩa là bạn tôn kính Đức Chúa

Trời và hiếu kính với cha mẹ trong lẽ thật của Ngài tới mức tối đa, Ngài sẽ ban phước cho bạn được thạnh vượng và bảo vệ mọi lãnh vực trong đời sống của bạn. "Sống lâu" nghĩa là Đức Chúa Trời sẽ ban phước cho bạn, gia đình bạn, nơi làm việc hay việc kinh doanh của bạn khỏi những tai họa thình lình để cuộc đời của bạn sẽ được sống lâu và được thịnh vượng.

Ru-tơ, một người phụ nữ từ trong Cựu Ước, đã nhận được loại phước hạnh này. Ru-tơ là một người Ngoại từ xứ Mô-áp, nhìn vào hoàn cảnh thuộc thể của bà, người ta sẽ nói bà đang có một cuộc sống đầy khó khăn. Bà đã kết hôn với một người Do-thái, người đã bỏ xứ Y-sơ-ra-ên đi tránh nạn đói. Nhưng không lâu sau khi họ kết hôn, người chồng đã qua đời và để bà ở lại không con.

Cha chồng của bà cũng đã qua đời rồi, và không còn người nam nào trong nhà để chu cấp cho gia đình. Những người kia đã để lại trong gia đình của họ là người mẹ chồng, Na-ô-mi, và người chị em dâu của bà là Ọt-ba. Khi người mẹ chồng là Na-ô-mi quyết định quay trở về Giu-đa, thì Ru-tơ nhanh chóng quyết định theo bà.

Na-ô-mi cố gắng thuyết phục người con dâu của mình về quê và bắt đầu cuộc sống mới, hạnh phúc hơn, nhưng không thuyết phục được Ru-tơ. Ru-tơ muốn chăm sóc người mẹ chồng góa của mình đến cuối cùng, nên cuối cùng đã theo mẹ chồng về xứ Giu-đa, một xứ hoàn toàn xa lạ với bà. Vì bà yêu thương bà gia mình, bà muốn hết mình chăm sóc Na-ô-mi miễn là bà có thể. Để làm được điều này, chính bà phải sẵn sàng từ bỏ cơ hội tìm cuộc sống mới, hạnh phúc hơn.

Ru-tơ cũng có đức tin vào Đức Chúa Trời của Y-sơ-ra-ên qua người mẹ chồng. Chúng ta có thể thấy lời xưng nhận rất được đụng chạm của bà trong Ru-tơ Chương 1, câu 16 đến 17:

> *Ru-tơ thưa rằng: Xin chớ nài tôi phân rẽ mẹ; vì mẹ đi đâu, tôi sẽ đi đó; mẹ ở nơi nào, tôi sẽ ở nơi đó. Dân sự của mẹ, tức là dân sự của tôi; Đức Chúa Trời của mẹ, tức là Đức Chúa Trời của tôi; mẹ thác nơi nào, tôi muốn thác và được chôn nơi đó. Ví bằng có sự chi khác hơn sự chết phân cách tôi khỏi mẹ, nguyện Đức Giê-hô-va giáng họa cho tôi!*

Khi Đức Chúa Trời nghe lời xưng nhận này, mặc dù Ru-tơ là người Ngoại, nhưng Ngài vẫn ban phước cho bà và làm cho cuộc sống của bà được thạnh vượng. Theo phong tục của người Do-thái, người phụ nữ có thể tái hôn với một trong những người bà con của người chồng quá cố, Ru-tơ đã có thể bắt đầu một cuộc sống mới, hạnh phúc với một người chồng tử tế và sống cuộc đời còn lại với bà gia, người mà bà yêu mến.

Thêm vào đó là, qua dòng máu của bà đã đến Vua Đavít, và Ru-tơ cũng có một đặc ân được đóng góp vào trong gia phổ của Đấng Cứu Chuộc, Chúa Giê-su Christ. Như Đức Chúa Trời đã hứa, vì Ru-tơ đã hiếu kính với cha mẹ trong tình yêu của Đức Chúa Trời, nên bà đã nhận được những phước hạnh thuộc linh và thuộc thể dư dật.

Cũng giống như Ru-tơ, chúng ta cần phải yêu mến Đức Chúa Trời trước, và sau đó hãy hiếu kính với cha mẹ của chúng ta trong tình yêu của Đức Chúa Trời, và bằng cách đó mới nhận được tất cả những phước hạnh đã hứa trong lời Đức Chúa Trời, "hầu cho ngươi được sống lâu trên đất."

Chương 7
Điều Răn Thứ Sáu

"Ngươi Chớ Giết Người"

Xuất Ê-díp-tô Ký 20:13

"Ngươi chớ giết người."

Là một mục sư, tôi có ảnh hưởng với nhiều thành viên trong các hội thánh. Ngoài những buổi nhóm thờ phượng thông thường, tôi còn gặp họ khi họ đến nhận sự cầu nguyện, chia sẻ những lời chứng, hoặc tìm kiếm những sự khích lệ thuộc linh. Để hiểu họ có tăng trưởng hơn trong đức tin, tôi thường hỏi họ câu hỏi này; "Anh có yêu Đức Chúa Trời không?"

Hầu hết mọi người sẽ tự tin nói "Có! Tôi yêu Đức Chúa Trời." Nhưng họ không hiểu ý nghĩa thuộc linh thật về yêu Đức Chúa Trời là như thế nào. Nên tôi chia sẻ với họ câu Kinh Thánh này, *"Vì nầy là sự yêu mến Đức Chúa Trời, tức là chúng ta vâng giữ điều răn Ngài, điều răn của Ngài chẳng phải là nặng nề"* (1 Giăng 5:3) và giải thích ý nghĩa thuộc linh về yêu Đức Chúa Trời. Sau đó tôi lại hỏi câu hỏi này, thì hầu hết mọi người đều trả lời một cách thiếu tự tin trong lần thứ hai.

Hiểu ý nghĩa thuộc linh trong lời Đức Chúa Trời rất quan trọng. Và Mười Điều Răn cũng là trường hợp giống như vậy. Nên ý nghĩa thuộc linh trong điều răn thứ sáu là gì?

"Ngươi Chớ Giết Người"

Nếu chúng ta xem trong Sáng Thế Ký Chương bốn, chúng ta chứng kiến trường hợp giết người đầu tiên của loài người. Đây là trường hợp con trai của A-đam, Ca-in, giết em trai mình là A-bên. Tại sao những điều này lại xảy ra?

A-bên đã làm một của lễ dâng theo cách mà Đức Chúa Trời đẹp lòng. Còn Ca-in đã làm một của lễ dâng theo cách ông lấy làm phải, và cách đó gần như là làm cho chính mình được thoải mái. Khi Đức Chúa Trời không nhận của lễ của Ca-in, thay vì cố gắng tìm hiểu những gì mình đã làm sai, thì Ca-in lại trở nên ghen tị với em mình và đầy sự giận dữ.

Đức Chúa Trời biết tấm lòng của Ca-in, và nhiều lần, Ngài đã cảnh báo với Ca-in. Đức Chúa Trời phán, *"tội lỗi rình đợi trước cửa, thèm ngươi lắm; nhưng ngươi phải quản trị nó"* (Sáng Thế Ký 4:7). Nhưng đến Sáng Thế Ký 4:8 chép, *"Và, khi hai người đương ở ngoài đồng, thì Ca-in xông đến A-bên là em mình, và giết đi."* Ca-in không thể kiểm soát được sự giận dữ trong lòng và rút cuộc đã phạm tội.

Từ những cụm từ "khi hai người đương ở ngoài đồng," chúng ta có thể đoán là Ca-in đang đợi một lát nữa chỉ còn ông sẽ ở một mình với em trai. Điều này có nghĩa là Ca-in trong lòng đã quyết định giết em trai mình, và ông đang tìm cơ hội. Tội giết người Ca-in phạm không phải là bất ngờ; đó là do không kiểm soát được sự giận dữ đã chuyển thành hành động trong chốc lát. Đây là những gì làm cho tội giết người của Ca-in trở thành tội trọng.

Sau vụ giết người của Ca-in, nhiều trường hợp giết người khác đã xảy ra liên tục trong lịch sử nhân loại. Và ngày nay, vì thế giới đầy dẫy tội lỗi, vô số những kẻ giết người xuất hiện mỗi ngày. Tuổi trung bình của những tội phạm giảm xuống, và các loại tội phạm càng ngày càng trở nên ác hơn. Điều tồi tệ nhất ngày nay là, có những trường hợp giết người là cha mẹ giết con cái và con cái giết cha mẹ không còn quá sốc nữa.

Tội Giết Người Mặt Thể Xác: Lấy Đi Mạng Sống Của Người Khác

Về phương diện pháp lý, có hai loại giết người: Có mức giết người thứ nhất là, một người cố ý giết người kia vì một lý do đặc biệt; và có một mức giết người thứ hai là, một người không cố ý giết người kia. Giết người không có ác ý hoặc không phải để chiếm lấy vật chất hoặc vô tình giết người do thiếu thận trọng khi lái xe; Tuy nhiên, tội trọng cho mỗi trường hợp này đều khác nhau, phụ thuộc vào hoàn cảnh. Một số vụ án mạng không được xem là tội, như là đổ máu ngoài chiến trường hoặc giết người để tự vệ hợp pháp.

Kinh Thánh nói rằng nếu có một người giết một tên trộm đột nhập vào nhà ban đêm, thì nó không được xem là tội sát nhân, nhưng nếu có một người giết một tên trộm đột nhập vào nhà ban ngày, nó được xem là tự vệ quá đáng, và người đó phải đối mặt với hình phạt. Đây là vì nhiều ngàn năm trước, vào thời điểm Đức Chúa Trời ban cho chúng ta luật pháp của Ngài, người ta có thể dễ dàng đuổi hoặc bắt một tên trộm với sự giúp đỡ của người khác.

Đức Chúa Trời xem việc tự vệ quá đáng đó gây sự đổ máu cho người kia là tội sát nhân trong trường hợp này, vì Đức Chúa Trời không cho phép thờ ơ về nhân quyền và lăng mạ giá trị của mạng sống. Điều này bày tỏ sự công bình và bản chất yêu thương của Đức Chúa Trời (Xuất Ê-díp-tô Ký 22:2-3).

Tự Sát và Nạo Phá Thai

Ngoài những loại sát nhân kể trên, cũng có trường hợp 'tự sát.' 'Tự sát' rõ ràng được xem là 'sát nhân' trước mặt Đức Chúa Trời. Đức Chúa Trời có toàn quyền trên tất cả mạng sống của mọi người, và tự sát là hành động chối bỏ chủ quyền này. Đó là lý do tự sát trở nên một tội trọng.

Nhưng người ta phạm tội này vì họ không tin vào sự sống sau cái chết, hoặc họ không tin Đức Chúa Trời. Cho nên, thêm vào việc phạm tội là không tin Đức Chúa Trời, họ cũng phạm tội giết người. Hãy tưởng tượng xem loại đoán phạt nào đang chờ họ!

Ngày nay, số người sử dụng Internet dâng lên, thường xuyên có những trường hợp người ta bị các trang web cám dỗ phạm tội tự sát. Ở Hàn Quốc, nguyên nhân chết số một giữa vòng những người ở độ tuổi bốn mươi là bệnh ung thư, nguyên nhân thứ hai là tự sát. Điều này trở nên một vấn nạn xã hội nghiêm trọng. Người ta phải hiểu sự thật là họ không có quyền kết liễu cuộc đời của họ, và dẫu họ có kết liễu mạng sống của họ ở trên đất này thì cũng không có nghĩa là nan đề mà họ để lại phía sau được giải quyết.

Vậy còn nạo phá thai thì sao? Lẽ thật của vấn đề này là sự sống của em bé trong bụng mẹ ở dưới quyền cai trị của Đức Chúa Trời, nên nạo phá thai cũng phạm vào tội giết người. Ngày nay, nhiều khi tội lỗi cai trị trên nhiều mạng sống của con người, người mẹ phá thai mà thậm chí còn không xem đó là tội. Giết người khác là một tội ác kinh khủng, nhưng nếu cha mẹ lấy đi mạng sống của con mình, thì tội đó còn lớn cỡ nào?

Giết người về mặt thể xác là một tội lỗi rõ ràng, nên mỗi quốc gia đều có những luật lệ nghiêm khắc chống lại tội này. Đó cũng là một tội trọng trước mặt Đức Chúa Trời, nên kẻ thù ma quỉ có thể mang tất cả các loại thử thách và đau khổ tới những người mà phạm tội giết người. Không chỉ như vậy, một sự phán xét ác liệt đang đợi họ ở thế giới bên kia, nên đừng ai phạm tội giết người.

Sát Nhân Thuộc Linh Là Làm Hại Đến Tâm Linh Và Tâm Hồn

Đức Chúa Trời xem tội sát nhân thuộc thể là một tội lỗi kinh khủng, nhưng Ngài cũng xem tội sát nhân thuộc linh – vừa kinh khủng – vừa là một tội trọng. Vậy sát nhân thuộc linh chính xác là gì?

Thứ nhất, sát nhân thuộc linh là khi người ta làm điều gì đó ngoài lẽ thật của Đức Chúa Trời, hoặc là qua lời nói hoặc là qua hành động, và kết thúc là làm cho người kia bị vấp ngã trong đức tin.

Làm cho tín hữu kia bị vấp ngã là làm hại đến linh hồn người đó qua cách làm cho họ xoay bỏ khỏi lẽ thật của Đức Chúa Trời.

Hãy nói một tín hữu trẻ đi đến gặp một trong những người lãnh đạo của hội thánh để nhận sự tư vấn và hỏi xem, "Nếu tôi bỏ thờ phượng ngày Chúa Nhật để chăm lo cho một số công việc rất quan trọng có được không?" Nếu người lãnh đạo khuyên anh ấy là, "Ồ, nếu nó là công việc làm ăn quan trọng như vậy, tôi nghĩ là anh bỏ thờ phượng buổi Chúa Nhật cũng được thôi," thì người lãnh đạo này đang làm cho người tín hữu trẻ kia vấp ngã.

Hoặc hãy nói người phụ trách ngân sách trong nhà thờ rằng, "Tôi có thể mượn một ít tiền để dùng cho cá nhân được không? Tôi có thể trả lại trong một vài ngày nữa." Nếu người lãnh đạo hội thánh trả lời, "Miễn là anh trả lại hết, thì nó không có vấn đề gì," vậy người lãnh đạo này đang dạy cho anh ấy những điều mâu thuẫn với ý muốn của Đức Chúa Trời, vì thế ông ấy đang làm hại đến tâm linh của người bạn tín hữu.

Hay nếu một lãnh đạo nhóm nhỏ nói, "Ngày nay chúng ta đang sống trong một thế giới bận rộn. Làm sao chúng ta có thể nhóm họp thường xuyên được?" và ông ấy dạy cho các anh em tín hữu của mình là không quan trọng phải dự các buổi nhóm trong hội thánh, ông ấy đang dạy ngược lại với lẽ thật của Đức Chúa Trời, và như vậy ông ấy đang làm cho anh em tín hữu vấp ngã (Hê-bơ-rơ 10:25). Như đã được chép, *"Hãy để vậy: Đó là những kẻ mù làm người dẫn đưa; nếu kẻ mù dẫn đưa kẻ mù, thì cả hai sẽ cùng té xuống hố"* (Ma-thi-ơ 15:14).

Cho nên giảng dạy cho các tín hữu thông tin sai sự thật, gây cho họ trượt xa khỏi lẽ thật của Đức Chúa Trời là một loại sát nhân thuộc linh. Cho các tín hữu thông tin sai trật có thể khiến họ phải kinh nghiệm những đau khổ mà không có lý do. Đó là vì sao mà những lãnh đạo hội thánh ở trong vị trí giảng dạy cho các tín hữu khác phải tận tâm cầu nguyện trước mặt Đức Chúa Trời và truyền ra thông tin đúng, hoặc họ phải hỏi ý kiến người lãnh đạo khác, những người có câu trả lời đúng rõ ràng từ Đức Chúa Trời và hướng dẫn các tín hữu tăng trưởng đi đúng hướng.

Hơn nữa, nói những lời mà người ta không nên nói, hay nói những lời xấu xa cũng có thể rơi vào loại sát nhân thuộc linh. Nói những lời lên án hay phán xét những người khác, tạo ra một hội Sa-tan do ngồi lê đôi mách, hay tạo ra một mối bất hòa giữa mọi người là những thí dụ về khiêu khích người khác thù ghét hoặc hành động xấu xa.

Điều tồi tệ nhất là khi người ta loan báo những tiếng đồn về một tôi tớ của Đức Chúa Trời, giống như các mục sư, hoặc về một hội thánh. Những tiếng đồn này có thể làm cho nhiều người vấp ngã, và như vậy thì những người loan báo những tin đồn này chắc chắn sẽ phải đối diện với sự phán xét của Đức Chúa Trời.

Trong một số trường hợp, chúng ta thấy người ta làm hại linh hồn của người khác bằng những điều xấu xa trong lòng. Thí dụ về những loại người này là người Do-thái, cố gắng tìm cách giết Chúa Giê-su – mặc dù Ngài đang hành động trong lẽ thật – hoặc Giu-đa Ích-ca-ri-ốt, người phản Chúa Giê-su bằng cách bán Ngài cho những người Do-thái với giá ba mươi đồng bạc.

Nếu ai đó bị vấp phạm sau khi nhìn vào sự yếu đuối của người khác, thì người đó phải biết rằng mình cũng vậy, chính mình cũng có những điều xấu xa. Có nhiều khi người ta nhìn vào một Cơ-đốc nhân mới được tái sanh, chưa bỏ đi hết được các đường lối cũ và nói, "Vậy mà anh tự xưng mình là Cơ-đốc-nhân? Tôi sẽ không đi nhà thờ nữa vì anh." Đây là một trường hợp mà tự họ làm cho mình vấp phạm. Chẳng có ai gây ra cho họ vấp phạm; nói đúng ra họ đang tự làm hại chính mình bằng tấm lòng xấu xa và phán xét của riêng họ.

Trong một số trường hợp, người ta có thể xa cách với Đức Chúa Trời sau khi thất vọng về người nào đó mà họ tin là một Cơ-đốc-nhân mạnh mẽ, tuyên bố là ông ấy đã hành động sai lẽ thật. Nếu họ chỉ tập trung vào Đức Chúa Trời và vào Chúa Giê-su Christ, họ sẽ không bị vấp phạm, họ cũng sẽ không ra khỏi con đường của sự cứu rỗi.

Thí dụ, có nhiều khi người ta bảo lãnh cho một người mà họ

thực sự tin cậy và tôn trọng, nhưng vì một lý do hay có điều gì đó sai trật, và người bảo lãnh hộ phải đối diện với một thử thách. Trong trường hợp này, nhiều người trở nên rất thất vọng và bị xúc phạm. Khi có điều gì đó giống như này xảy ra, họ cần phải hiểu rằng hoàn cảnh đó chỉ chứng tỏ là đức tin của họ không phải là đức tin thật, và họ phải ăn năn vì sự bất tuân của họ. Họ là những người không vâng lời Đức Chúa Trời khi Ngài đặc biệt phán với chúng ta chớ bảo lãnh nợ (Châm Ngôn 22:26).

Và nếu bạn thực sự có tấm lòng và có đức tin thật, thì khi bạn thấy sự yếu đuối của người khác, bạn phải cầu nguyện cho người ấy với một tấm lòng thương xót và chờ đợi người ấy thay đổi.

Bên cạnh đó, một số người có thể tự mình là một chướng ngại vật sau khi trở nên bị xúc phạm trong lúc nghe sứ điệp của Đức Chúa Trời. Thí dụ, nếu mục sư đang giảng một bài giảng về một tội lỗi cụ thể, mặc dù người mục sư này chưa bao giờ nghĩ về họ, không hề để cập đến tên họ, nhưng họ lại nghĩ, "Ông mục sư đang nói mình! Làm sao ông ấy có thể làm như vậy trước mặt mọi người?" Và rồi họ bỏ hội thánh đi.

Hay khi mục sư nói phần mười thuộc về Đức Chúa Trời và Đức Chúa Trời sẽ ban phước cho những ai dâng phần mười, một số người phàn nàn là hội thánh nhấn mạnh quá nhiều về tiền bạc. Và sau khi mục sư làm chứng về quyền năng của Đức Chúa Trời và những phép lạ của Ngài, một số người nói, "Không có ý nghĩa gì với tôi cả," và phàn nàn rằng những sứ điệp không nằm trong kiến thức và học thức của họ. Đó là những thí dụ về những người cảm thấy bị xúc phạm và tạo ra những chướng ngại vật trong lòng họ.

Chúa Giê-su phán trong Ma-thi ơ 11:6, *"Phước cho ai chẳng vấp phạm vì cớ ta!"* và trong Giăng 11:10 Ngài phán, *"Nhưng nếu ai đi ban đêm, thì vấp, vì không có sự sáng."* Nếu ai đó có tâm lòng và khao khát nhận lẽ thật, người ấy sẽ không bị vấp ngã hay xa cách với Đức Chúa Trời, vì lời của Ngài, là sự sáng, sẽ ở cùng với họ. Nếu ai đó vấp ngã trên một chướng ngại vật hay trở nên bị xúc phạm bởi điều gì đó, thì nó chỉ chứng tỏ rằng sự tối vẫn còn ở bên người ấy.

Dĩ nhiên khi người ta cảm thấy dễ bị xúc phạm, thì đó là một dấu hiệu cho thấy hoặc là người ấy yếu đuối hoặc là người ấy có sự tối tăm trong lòng. Nhưng một người mà xúc phạm người khác thì cũng phải chịu trách nhiệm về những hành động của mình. Vì một người ban phát sứ điệp cho người khác, mặc dù ông ấy nói là lẽ thật hoàn toàn, nhưng ông ấy phải cố gắng ban phát nó cách khôn ngoan, theo cách có thể liên kết được với mức độ đức tin của người nhận.

Nếu bạn nói với một Cơ-đốc-nhân vừa mới nhận Đức Thánh Linh, "Nếu anh muốn được cứu, thì phải bỏ rượu và thuốc lá," hoặc "Anh đừng bao giờ mở cửa hàng của mình vào ngày Chúa Nhật," hoặc "Nếu anh phạm tội ngưng cầu nguyện, thì sẽ trở thành một bức tường ngăn trở giữa anh và Đức Chúa Trời, nên anh phải chắc chắn là đi nhà thờ và cầu nguyện hằng ngày," phải giống như nuôi em bé. Dù Cơ-đốc-nhân mới tái sanh đó có vâng lời dưới sự ép buộc, thì có lẽ họ sẽ nghĩ, "Ôi, ông đó là một Cơ-đốc-nhân rất khó tính," và họ có thể cảm thấy gánh nặng, và không sớm thì muộn, cũng bỏ không bước theo đức tin nữa.

Ma-thi-ơ 18:7 nói, *"Khốn nạn cho thế gian vì sự gây nên phạm tội! Vì sự gây nên phạm tội phải có; song khốn nạn thay cho ai là kẻ gây nên phạm tội!"* Dù bạn có nói điều gì đó ích lợi cho người khác, nhưng nếu những gì bạn nói khiến người khác trở nên bị xúc phạm hay xa cách với Đức Chúa Trời, thì điều đó được xem là sát nhân thuộc linh, và chắc chắn bạn sẽ phải đối mặt với những thử thách để trả giá cho tội này.

Vậy, nếu bạn yêu Đức Chúa Trời, và nếu bạn yêu những người khác, bạn phải biết tự kiểm soát từng lời bạn nói, để những gì bạn nói mang đến ân điển và phước hạnh cho những người nghe. Dù bạn đang dạy ai đó trong lẽ thật, bạn phải cố gắng nhạy bén và xem liệu những gì bạn nói có làm cho người ta cảm thấy bị buộc tội và nặng nề trong lòng không, hay là cho người ta hy vọng và sức mạnh để áp dụng sự dạy dỗ đó vào trong đời sống, để những người mà bạn mục vụ có thể bước đi trên con đường sự sống vinh quang trong Đấng Christ.

Sát Nhân Thuộc Linh Vì Ghét Người Anh Em Kia

Loại sát nhân thuộc linh thứ hai là ghét anh hay chị em kia

trong Đấng Christ.

Như đã được chép trong 1 Giăng 3:15, *"Ai ghét anh em mình, là kẻ giết người; anh em biết rằng chẳng một kẻ nào giết người có sự sống đời đời ở trong mình."*
Cơ bản là vì, nguồn gốc của tội giết người là thù ghét. Ban đầu người ta có thể ghét người kia ở trong lòng. Nhưng khi sự thù ghét lớn lên, nó có thể khiến người đó phải thực hiện một hành động gian ác chống lại người kia, và cuối cùng, sự thù ghét này có thể khiến anh ta phạm tội sát nhân. Trong trường hợp của Ca-in cũng vậy, tất cả đều bắt đầu khi Ca-in ghét em trai mình là A-bên.

Đây là lý do trong Ma-thi-ơ 5:21-22 nói, *"Các ngươi có nghe lời phán cho người xưa rằng: Ngươi chớ giết ai; và rằng: Hễ ai giết người thì đáng bị tòa án xử đoán. Song ta phán cho các ngươi: Hễ ai giận anh em mình thì đáng bị tòa án xử đoán; ai mắng anh em mình rằng: Ra-ca, thì đáng bị tòa công luận xử đoán; ai mắng anh em mình là đồ điên, thì đáng bị lửa địa ngục hành phạt."*
Khi người này ghét người kia ở trong lòng, sự giận dữ của người này có thể khiến đánh nhau với họ. Và nếu có điều gì may mắn đến với người mà anh ta ghét, anh ta có thể ghen tị và phán xét, lên án người kia và loan báo thông tin về sự yếu đuối của người kia. Anh ta có thể lừa dối và làm tổn hại cho người kia, hay trở nên kình địch với người kia. Ghét người và hành động xấu với người kia là những thí dụ về sát nhân thuộc linh.

Trong thời Cựu Ước, vì Đức Chúa Trời chưa sai Đức Thánh Linh xuống, nên không dễ cho dân sự cắt bì lòng và để trở nên thánh. Nhưng ngày nay, trong Tân Ước, vì chúng ta có thể nhận Đức Thánh Linh vào trong lòng, Đức Thánh Linh ban cho chúng ta quyền phép để loại bỏ những bản chất tội lỗi thầm kín nhất.

Là một trong Ba Ngôi Đức Chúa Trời, Đức Thánh Linh giống như một người mẹ định hướng chi tiết, dạy chúng ta về Đức Chúa Trời và tấm lòng của Cha. Đức Thánh Linh dạy cho chúng ta về tội lỗi, công bình, và sự phán xét, do đó giúp chúng ta sống trong lẽ thật. Đây là lý do tại sao chúng ta có thể quăng xa ngay cả chỉ là hình ảnh tội lỗi.

Đây là lý do Đức Chúa Trời không chỉ phán với con cái của Ngài đừng giết người về mặt vật lý, mà Ngài còn phán với chúng ta phải trừ bỏ ngay cả cội rễ của sự thù ghét ra khỏi lòng chúng ta. Chỉ khi nào chúng ta có thể quăng xa tất cả những điều xấu xa trong lòng và đổ đầy nó bằng tình yêu thương, thì chúng ta mới có thể ở trong sự yêu thương của Đức Chúa Trời và vui hưởng chứng cớ về tình yêu của Ngài (1 Giăng 4:11-12).

Khi chúng ta yêu ai đó, chúng ta không thấy những sự dối trá trong anh ấy. Và nếu điều đó xảy ra với người yếu đuối, chúng ta sẽ cảm thấy thông cảm, và lòng đầy hy vọng, khích lệ anh ấy và cho anh quyền năng để thay đổi. Khi chúng ta vẫn còn ở trong tội lỗi, Đức Chúa Trời đã ban cho chúng ta loại tình yêu này để chúng ta có thể tiếp nhận sự cứu rỗi và lên thiên đàng. Cho nên chúng ta không chỉ vâng giữ điều răn của Ngài, "Ngươi chớ giết người," mà chúng ta còn phải yêu thương mọi người – ngay cả kẻ thù nghịch của chúng ta – bằng tình yêu của Đấng Christ và nhận những phước hạnh của Đức Chúa Trời trong mọi lúc. Và cuối cùng, chúng ta sẽ bước vào nơi đẹp nhất trên thiên đàng và ở trong sự yêu thương đời đời của Đức Chúa Trời.

Chương 8
Điều Răn Thứ Bảy

"Ngươi Chớ Phạm Tội Tà Dâm"

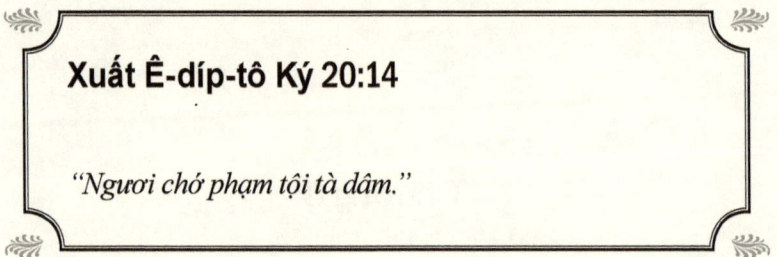

Xuất Ê-díp-tô Ký 20:14

"Ngươi chớ phạm tội tà dâm."

Núi Vesuvius, nằm ở miền Nam nước Ý, là một núi lửa đang hoạt động, chỉ phát ra hơi nước mỗi lần một chút, nhưng người ta nghĩ nó chỉ làm cho phong cảnh của Pompeii thêm đẹp lên.

Vào ngày 24 tháng Tám năm 79 A.D., khoảng giấc trưa, những cơn động đất càng lúc càng mạnh, một đám mây hình nấm đã phun ra từ Núi Vesuvius và chặn trên khắp bầu trời Pompeii. Với một tiếng nổ lớn, trên đỉnh núi đá nứt vỡ và tan chảy, tro bắt đầu trút xuống đất.

Trong ít phút, vô số người đã chết trong khi nhiều người sống sót đã chạy ra biển để thoát thân. Nhưng rồi điều tồi tệ nhất cũng có thể xảy ra, thì đã xảy ra. Đột nhiên gió đến tốc độ và thổi mạnh trở lại biển.

Một lần nữa, khí ga nóng và độc đã nhận chìm những công dân của Pompeii, những người vừa mới sống sót khỏi núi lửa phun bằng cách chạy thoát ra biển, và khí ga đã làm cho họ chết ngạt hết.

Pompeii là một thành phố ồn ào đầy dẫy những sự dâm dục và hình tượng. Ngày cuối cùng của nó nhắc chúng ta nhớ lại thành phố Sô-đôm và Gô-mô-rơ trong Kinh Thánh, đã kinh nghiệm được cơn phán xét lửa của Đức Chúa Trời. Định mệnh của những thành phố này là sự nhắc nhở rõ ràng cho thấy Đức Chúa Trời ghét lòng dâm dục và thờ cúng hình tượng bao nhiêu. Điều này đã được phán rõ trong Mười Điều Răn.

"Ngươi Chớ Phạm Tội Tà Dâm"

Tà dâm là quan hệ tình dục giữa một người nam và một người nữ, mà người đó không phải là người phối ngẫu của người này. Trước kia, tà dâm được coi là một hành động cực kỳ vô đạo. Nhưng ngày nay thì sao? Vì sự phát triển của vi tính và internet, thanh niên và ngay cả thiếu niên đã truy cập đủ các dữ liệu dâm dục.

Đạo đức về tình dục trong xã hội ngày nay đã trở nên quá đỗi bại đến nỗi những hình ảnh khêu gợi hay khiêu dâm được trình chiếu trên tivi, phim ảnh, và ngay cả phim hoạt hình của trẻ em. Và trơ trẽn ăn mặc hở hang đang lan truyền theo các xu hướng thời trang. Kết quả là, sự hiểu biết sai về tình dục đang lan truyền rất nhanh chóng.

Để có được lẽ thật về vấn đề này, chúng ta hãy nghiên cứu về điều răn thứ bảy, "Ngươi Chớ Phạm Tội Tà Dâm" trong ba phần.

Tà Dâm Trong Hành Động

Ý nghĩa về những giá trị đạo đức của con người ngày nay tồi tệ hơn trước kia. Nhiều đến nỗi trong các phim ảnh và các vở kịch trên tivi, tà dâm thường được vẽ lên như một loại tình yêu đẹp. Và ngày này, những người nam và những người nữ chưa kết hôn dễ dàng hiến thân thể mình cho nhau và thậm chí có quan hệ tình dục trước hôn nhân, họ suy nghĩ, "Cũng tốt thôi vì chúng tôi sắp kết hôn trong tương lai." Ngay cả những người nam người nữ đã kết hôn cũng công khai xưng nhận là họ có quan hệ với người khác mà không phải là người phối ngẫu của họ. Và các vấn đề càng tệ hơn, tuổi mà người ta kinh nghiệm quan hệ tình dục đang càng ngày càng trẻ hơn.

Nếu bạn nhìn vào luật pháp đã có khi Mười Điều Răn được ban cho Môi-se, thì người nào phạm tội tà dâm đều bị hình phạt khắt khe. Mặc dầu Đức Chúa Trời là sự yêu thương, nhưng tà dâm là một tội lỗi nghiêm trọng không thể chấp nhận được, là lý do Ngài vạch một đường rõ ràng và ngăn cấm nó. Lê-vi Ký 20:10 nói, *"Nếu người nào phạm tội tà dâm cùng vợ của người khác, hay là phạm tội tà dâm cùng vợ người lân cận mình, người nam cùng người nữ đó đều phải bị xử tử."* Và nhiều lần trong Tân Ước, hành động tà dâm được xem là một tội, phá hủy thân thể tâm hồn và chối bỏ sự cứu rỗi.

"Anh em há chẳng biết những kẻ không công bình chẳng bao giờ hưởng được nước Đức Chúa Trời sao? Chớ tự dối mình: Phàm những kẻ tà dâm, kẻ thờ hình tượng, kẻ ngoại tình, kẻ làm giáng yểu điệu, kẻ đắm nam sắc, kẻ trộm cướp, kẻ hà tiện, kẻ say sưa, kẻ chưởi rủa, kẻ chắt bóp, đều chẳng hưởng được nước Đức Chúa Trời đâu" (1 Cô-rinh-tô 6:9-10).

Nếu một tân tín hữu phạm tội này vì chưa biết lẽ thật, người ấy có thể nhận ân điển của Đức Chúa Trời và có cơ hội để ăn năn tội lỗi của mình. Nhưng nếu ai đó được giả sử là một tín hữu trưởng thành thuộc linh có hiểu biết về lẽ thật mà lại tiếp tục phạm loại tội này, thì người ấy khó nhận được linh của sự ăn năn.

Lê-vi 20:13-16 nói về tội quan hệ tình dục với thú vật và tội quan hệ đồng tính luyến ái. Ngày nay trong thời đại này, có nhiều nước chấp nhận những mối quan hệ đồng tính luyến ái hợp pháp; tuy nhiên, đây là một sự gớm ghiếc trước mặt Đức Chúa Trời. Một số người có thể trả lời là, "Thời gian đã thay đổi," nhưng dù thời gian có thay đổi bao nhiêu, dù thế giới có thay đổi bao nhiêu, thì lời Đức Chúa Trời là lẽ thật, chẳng hề thay đổi. Vì thế nếu ai đó là con cái Đức Chúa Trời, thì đừng tự làm mình ô uế do theo xu hướng của thế gian này.

Tà Dâm Trong Tâm Trí

Khi Đức Chúa Trời nói về tội tà dâm, Ngài không nói đơn giản chỉ vì hành động phạm tội tà dâm. Hành động bề ngoài của phạm tội tà dâm là một trường hợp phạm tội tà dâm rõ ràng, nhưng làm thỏa mãn trong trí tưởng tượng hoặc xem những hành động đồi trụy cũng rơi vào tình trạng phạm tội tà dâm. Những suy nghĩ dâm dục khiến người ta có lòng dâm dục; và đây là trường hợp phạm tội tà dâm trong lòng. Mặc dù người ta có thể chưa làm gì bằng những hành động vật lý, chẳng hạn như, một người nam nhìn một người nữ và phạm tội tà dâm trong lòng, Đức Chúa Trời, Đấng dò xét lòng của mỗi người, xem điều đó giống như phạm tội tà dâm vật lý.

Trong Ma-thi-ơ 5:27-28 nói, *"Các ngươi có nghe lời phán rằng: Ngươi chớ phạm tội tà dâm. Song ta phán cho các ngươi biết: Hễ ai ngó đàn bà mà động tình tham muốn, thì trong lòng đã phạm tội tà dâm cùng người rồi."* Sau khi một tư tưởng tội lỗi bước vào trong tâm trí của một người, nó khuấy động trong lòng người và sau đó bày tỏ qua những hành động. Chỉ sau khi sự thù ghét bước vào lòng của một ai đó thì ông hay bà ấy có thể làm những việc tổn hại cho người khác. Và chỉ sau khi sự phẫn nộ được xây đắp trong lòng của một ai đó thì ông hay bà ấy có thể trở nên đầy tức giận và nguyền rủa.

Cũng giống như vậy, khi một người có những sự tham muốn dục vọng trong lòng, nó có thể dễ dàng phát triển thành tà dâm trong thể xác. Dù nó không bày tỏ rõ ràng, nhưng nếu có ai phạm tội tà dâm trong lòng, thì người đó đã phạm tội tà dâm rồi, vì cội rễ của tội đó giống nhau.

Một ngày kia, trong suốt năm học đầu tiên của tôi ở trường dòng, tôi rất sốc khi nghe một nhóm các mục sư nói chuyện. Cho đến bấy giờ tôi luôn luôn yêu mến và kính trọng các mục sư và tôi đối xử với họ như tôi là Chúa. Nhưng kết thúc cuộc thảo luận sôi nổi, họ đi đến kết luận là "miễn là nó không cố ý, thì phạm tội tà dâm trong lòng không phải là một tội."

Khi Đức Chúa Trời ban cho chúng ta điều răn, "Ngươi chớ phạm tội tà dâm," không phải Ngài ban cho chúng ta vì Ngài biết chúng ta có thể tuân theo? Vì Chúa Giê-su đã phán "Hễ ai ngó đàn bà mà động tình tham muốn, thì trong lòng đã phạm tội tà dâm cùng người rồi," chúng ta phải bỏ đi hết các dục vọng. Chẳng gì hơn là nói. Phải, nó có thể là khó làm điều này bằng sức riêng của con người, nhưng bằng sự cầu nguyện và kiêng ăn, chúng ta có thể nhận được sức mạnh từ Đức Chúa Trời để loại bỏ sự ham muốn trong lòng.

Chúa Giê-su đã đội mão gai và đổ huyết của Ngài ra để rửa sạch những tội lỗi chúng ta phạm trong suy nghĩ và trong tư tưởng. Đức Chúa Trời sai Đức Thánh Linh xuống cho chúng ta để chúng ta cũng có thể loại bỏ được bản chất tội lỗi trong lòng. Vậy chúng ta phải loại bỏ sự ham muốn trong lòng đặc biệt là cái gì?

Những Giai Đoạn Loại Bỏ Ham Muốn Trong Lòng Chúng Ta

Thí dụ một người nữ xinh đẹp hay một người nam trông bảnh trai đi ngang qua, và bạn nghĩ, "Chà, cô ấy xinh quá," hay "Anh ấy đẹp quá," "Tôi muốn đi ra ngoài với cô ấy," hoặc "Tôi muốn hẹn hò với anh ấy," Nhiều người không xem những tư tưởng này là dục vọng hay ngoại tình. Tuy nhiên, nếu ai đó nói những từ này và có ý định đó thật, thì đó là một dấu hiệu của sự ham muốn. Để loại bỏ được ngay cả những dấu vết của sự ham muốn, chúng ta phải đi qua tiến trình sốt sắng chống trả lại tội lỗi này.

Thường thường, bạn càng cố gắng không nghĩ về cái gì đó, thì nó càng bất ngờ xuất hiện trong tâm trí bạn. Sau khi thấy hình ảnh của người nam hay người nữ đang phạm vào một hành động vô đạo trên phim, hình ảnh đó không ra khỏi cái đầu của bạn. Thay vào đó, hình ảnh này cứ tiếp tục lặp đi lặp lại trong tâm trí bạn. Tùy theo hình ảnh đó gây ấn tượng mạnh như thế nào, thì nó còn có khuynh hướng ở trong bộ nhớ của bạn lâu bấy nhiêu.

Vậy điều gì làm chúng ta có thể loại bỏ những tư tưởng ham muốn này ra khỏi tâm trí của chúng ta? Trước tiên, chúng ta phải cố gắng tránh các trò chơi, tạp trí, hay cái gì tương tự, mang đến những hình ảnh cám dỗ chúng ta có những tư tưởng ham muốn và khi có một tư tưởng ham muốn bước vào trong tâm trí của chúng ta, chúng ta phải ngăn chặn phương hướng của các tư tưởng này. Hãy nói ra một tư tưởng ham muốn bất ngờ xuất hiện trong đầu bạn. Thay vì để cho nó phát triển, thì bạn phải cố gắng ngăn chặn tư tưởng đó ngay lập tức.

Sau đó bạn hãy thay đổi những loại tư tưởng này sang những tư tưởng lành mạnh, đúng, và đẹp lòng Đức Chúa Trời, và bạn tiếp tục cầu nguyện, xin sự vùa giúp của Ngài, Ngài sẽ sốt sắng ban cho bạn sức mạnh để đánh bại những loại cám dỗ này. Miễn là bạn sẵn lòng và cầu nguyện mạnh mẽ, ân điển và quyền năng của Đức Chúa Trời sẽ đến trên bạn. Và với sự vùa giúp của Đức Thánh Linh, bạn sẽ có khả năng loại bỏ hết những tư tưởng tội lỗi này.

Nhưng điều quan trọng cần phải nhớ ở đây là bạn không nên ngừng lại ngay sau một hai lần thử. Bạn phải tiếp tục cầu nguyện bằng đức tin cho đến cuối cùng. Nó có thể mất một tháng, một năm, hay thậm chí hai đến ba năm. Tuy nhiên, nó có thể là lâu nhưng bạn phải luôn luôn tin cậy Đức Chúa Trời và tiếp tục cầu nguyện. Đức Chúa Trời sẽ ban cho bạn sức mạnh để một này nào đó bạn đánh bại được và dứt khoát quăng xa được tất cả những ham muốn trong lòng.

Mỗi khi bạn vượt qua được giai đoạn mà bạn có thể "Chặn Đứng Những Tư Tưởng Sai Trật," thì bạn sẽ bước vào giai đoạn "Trị Được Lòng Mình." Ở giai đoạn này, dù bạn có một hình ảnh khiêu dâm, thì bạn cũng quyết định với lòng mình rằng, "Mình tốt hơn là không nên nghĩ về điều này," và tư tưởng đó sẽ không bước vào tâm trí của bạn nữa. Tà dâm trong lòng đến qua sự kết hợp của những tư tưởng và những cảm xúc, và nếu bạn có thể kiểm soát được những tư tưởng của bạn, thì những tội lỗi đến từ những tư tưởng sẽ không có cơ hội bước vào lòng bạn.

Giai đoạn kế tiếp là "Những Tư Tưởng Sai Trật Không Được Xuất Hiện" nữa. Dù bạn có thấy một hình ảnh khiêu dâm, thì tâm trí của bạn cũng không bị ảnh hưởng, và như vậy sự dâm dục không thể bước vào lòng bạn. Giai đoạn kế tiếp là giai đoạn "Bạn Không Thể Có Những Tư Tưởng Sai Trật."

Mỗi khi bạn đến giai đoạn này, dù bạn thử có những tư

tưởng dâm dục, thì nó cũng không xuất hiện. Vì bạn đã nhổ được cả rễ dâm dục, nên dù bạn nhìn thấy một hình ảnh kích dục, bạn cũng không có tư tưởng hay cảm giác gì về nó. Điều đó có nghĩa là những hình ảnh giả dối hay bất kính không còn có thể bước vào trong tâm trí của bạn nữa.

Dĩ nhiên trong lúc trải qua giai đoạn loại bỏ tội lỗi này, có thể nhiều khi bạn nghĩ bạn đã trừ bỏ được hết, nhưng tội lỗi vẫn lẻn trở lại bằng cách này hay cách khác.

Nhưng nếu bạn tin lời Đức Chúa Trời, và bạn có khao khát muốn vâng giữ các điều răn của Ngài và muốn đuổi hết mọi tội lỗi, thì bạn sẽ không trì trệ trong bước đức tin của bạn. Nó giống như bóc vỏ củ hành. Khi bạn bóc một hai lớp, dường như các lớp đó không bao giờ hết, nhưng chỉ vài lớp sau đó, bạn sẽ nhận thấy là bạn đã bóc được tất cả các lớp.

Nhiều tín hữu tự thấy mình đức tin không tăng trưởng thất vọng nghĩ, "Mình đã cố gắng hết sức, nhưng mình vẫn không thể quăng xa bản chất tội lỗi này." Ngược lại, họ phải có đức tin, tin mình sẽ thay đổi tới mức trừ bỏ được hết mọi tội lỗi. Và với tư tưởng đó trong đầu, họ phải cố gắng hơn nữa. Nếu bạn nhận thấy mình vẫn còn bản chất tội lỗi này, bạn phải cảm tạ để bây giờ bạn có cơ hội loại bỏ được.

Nếu trong lúc trải qua giai đoạn loại bỏ những tham dục trong đời sống của bạn, một tư tưởng dâm dục bước vào trong tâm trí của bạn trong giây lát, thì đừng lo lắng. Đức Chúa Trời sẽ không xem điều đó như là phạm tội tà dâm. Nếu bạn ở trong tư tưởng đó và cho nó phát triển hơn, thì nó trở thành tội trọng, nhưng nếu bạn ăn năn ngay và tiếp tục nỗ lực để được thánh hóa, Đức Chúa trời sẽ nhìn bạn bằng ân điển và ban cho bạn quyền năng để đắc thắng tội lỗi.

Phạm Tội Tà Dâm Thuộc Linh

Phạm tội tà dâm với thể xác được hiểu là phạm tội tà dâm trong xác thịt, nhưng còn có cái nghiêm trọng hơn phạm tội tà dâm thể xác là phạm tội tà dâm thuộc linh. "Tà dâm thuộc linh" là khi một người tuyên bố mình là một tín hữu nhưng yêu thế gian hơn Đức Chúa Trời. Nếu bạn suy nghĩ về điều đó, thì lý do căn bản người đó phạm tội tà dâm thuộc linh là vì trong lòng người đó thích làm thỏa mãn xác thịt hơn là yêu mến Đức Chúa Trời.

Cô-lô-se 3:5-6 nói, *"Vậy hãy làm chết các chi thể của anh em ở nơi hạ giới, tức là tà dâm, ô uế, tình dục, ham muốn xấu xa, tham lam, tham lam chẳng khác gì thờ hình tượng: bởi những sự ấy cơn giận của Đức Chúa Trời giáng trên các con không vâng phục."* Nghĩa là dù chúng ta có nhận Đức Thánh Linh, kinh nghiệm những phép lạ của Đức Chúa Trời, và có đức tin, nhưng nếu chúng ta không bỏ đi những dục vọng trong lòng chúng ta, thì chúng ta đang thiên về yêu những thứ ở thế gian hơn Đức Chúa Trời.

Chúng ta đã học biết từ điều răn thứ hai giải thích về sự thờ cúng hình tượng là yêu cái gì đó hơn Đức Chúa Trời. Vậy sự khác nhau giữa "thờ hình tượng thuộc linh" và "tà dâm thuộc linh" là gì?

Thờ hình tượng là khi người ta không biết Đức Chúa Trời lại tạo ra một vài loại hình ảnh và thờ cúng nó. Thông giải nghĩa thuộc linh về "thờ hình tượng" là khi các tín hữu với đức tin yếu đuối yêu những thứ ở thế gian hơn Đức Chúa Trời.

Đối với một số tân tín hữu vẫn còn đức tin yếu đuối, có lẽ họ yêu thế gian hơn Đức Chúa Trời. Họ có thể có những câu hỏi như là, "Đức Chúa Trời có thực sự tồn tại không?" hoặc "Thiên đàng và địa ngục thực sự có không?" Vì họ vẫn còn sự nghi ngờ, khó cho họ sống theo lời Chúa. Có thể họ vẫn yêu tiền bạc, danh tiếng, hay gia đình của họ hơn Đức Chúa Trời, và do vậy họ đã phạm tội thờ hình tượng thuộc linh.

Tuy nhiên, khi họ càng ngày càng nghe lời Chúa, và khi họ cầu nguyện và kinh nghiệm được Đức Chúa Trời đáp lời cho lời cầu xin của họ, họ bắt đầu nhận thấy rằng Kinh Thánh là lẽ thật. Và rồi họ có thể tin rằng thiên đàng và địa ngục thực sự có thật. Sau đó họ nhận ra lý do tại sao họ thực sự cần tình yêu của Đức Chúa Trời trước hết. Nếu đức tin của họ tăng trưởng giống như này, và họ vẫn tiếp tục yêu và đuổi theo những điều ở thế gian, thì họ đang "phạm tội tà dâm thuộc linh."

Thí dụ, một người nam có một suy nghĩ đơn giản là, "Thật là hay khi kết hôn với người phụ nữ kia," và rồi người phụ nữ đó đã kết hôn với một người nam khác. Trong trường hợp này, chúng ta không thể nói người phụ nữ kia đã phạm tội tà dâm. Vì người nam này đã có mơ tưởng phải lòng nàng, còn người phụ nữ kia không có mối quan hệ gì với người nam này, thì chúng ta không thể nói người phụ nữ kia đã phạm tội tà dâm.

Chính xác hơn, người phụ nữ kia chỉ là một thần tượng trong lòng người nam này mà thôi. Ngược lại, nếu người nam và người nữ hẹn hò với nhau, đã xác định tình yêu của họ với nhau, và đã kết hôn, sau đó người phụ nữ có mối quan hệ bất chính với một người nam khác, điều này sẽ được xem là phạm tội tà dâm. Nên bạn có thể thấy là thờ cúng hình tượng thuộc linh và phạm tội tà dâm thuộc linh có vẻ như giống nhau, nhưng chúng là hai tội khác nhau.

Mối Quan Hệ Giữa Người Y-sơ-ra-ên và Đức Chúa Trời

Kinh Thánh so sánh mối quan hệ giữa người Y-sơ-ra-ên và Đức Chúa Trời qua mối quan hệ giữa cha với con. Mối quan hệ này cũng được so sánh với người chồng và người vợ. Đây là vì mối quan hệ của họ giống như một cặp vợ chồng đã lập giao ước về tình yêu. Tuy nhiên, nếu bạn nhìn vào lịch sử của Y-sơ-ra-ên, thì có nhiều khi người Y-sơ-ra-ên quên giao ước này và thờ các thần ngoại bang.

Những người Ngoại thờ hình tượng vì họ không biết Đức Chúa Trời, nhưng người Y-sơ-ra-ên, mặc dù sự thật là họ biết Đức Chúa Trời ngay từ ban đầu, nhưng đã thờ các thần ngoại bang vì những sự tham muốn ích kỷ của họ.

Đó là lý do 1 Sử Ký 5:25 nói, *"Song chúng phạm tội cùng Đức Chúa Trời của các tổ phụ mình, và thông dâm cùng những thần của các dân tộc của xứ mà Đức Chúa Trời đã hủy hoại trước mặt chúng."* Nghĩa là sự thờ hình tượng của người Y-sơ-ra-ên thực tế là tà dâm thuộc linh.

Giê-rê-mi 3:8 nói, *"Dầu ta đã bỏ Y-sơ-ra-ên bội nghịch và đã cho nó tờ để, vì cớ nó ngoại tình, ta cũng còn thấy em gái qui quyệt nó, là Giu-đa, chẳng sợ sệt chi; nhưng nó cũng cứ đi hành dâm."* Vì tội lỗi của Sa-lô-môn, trong thời của con trai ông, triều đại của Giê-rô-bô-am, Y-sơ-ra-ên bị chia thành Bắc Y-sơ-ra-ên và miền Nam Giu-đa. Ngay sau sự phân chia này, Bắc Y-sơ-ra-ên đã phạm tội tà dâm thuộc linh do thờ thần tượng, và kết quả là bị bỏ và bị hủy phá bởi sự thạnh nộ của Đức Chúa Trời. Còn phía Nam Giu-đa, sau khi thấy điều này xảy ra với phía Bắc Y-sơ-ra-ên, thay vì ăn năn họ cũng tiếp tục thờ hình tượng.

Tất cả con cái của Đức Chúa Trời ngày nay trong thời Tân Ước đều là những nàng dâu của Đấng Christ. Đây là lý do Sứ đồ Phao-lô nói rằng ông rất sốt sắng như sự sốt sắng của Đức Chúa Trời, bởi ông đã gả anh em cho một chồng mà thôi, dâng anh em như người trinh nữ tinh sạch cho Đấng Christ (2 Cô-rinh-tô 11:2).

Vậy nếu một tín hữu gọi Chúa là "Chàng Rể của tôi," trong lúc ông hay bà ấy tiếp tục yêu thế gian và sống xa vời với lẽ thật, thì ông hay bà ấy đang phạm tội tà dâm thuộc linh (Gia-cơ 4:4). Nếu một người chồng hay người vợ phản bội người phối ngẫu của mình và phạm tội tà dâm về thể xác, thì đó là một tội lỗi kinh khủng, khó tha thứ. Nếu ai đó phản bội Đức Chúa Trời, phản bội Chúa và phạm tội tà dâm thuộc linh, thì tội lỗi đó còn khủng khiếp hơn biết bao nhiêu?

Trong Giê-rê-mi Chương 11, chúng ta có thể thấy Đức Chúa Trời nói Giê-rê-mi đừng cầu nguyện cho Y-sơ-ra-ên, vì dân Y-sơ-ra-ên chối bỏ Ngài để phạm tội tà dâm thuộc linh. Ngài còn phán rằng dẫu dân Y-sơ-ra-ên có than khóc với Ngài, thì Ngài cũng sẽ không nghe họ.

Vậy nếu hình phạt khắc nghiệt của tà dâm hình tượng tới một mức đó, người phạm tội sẽ không có thể nghe được tiếng của Đức Thánh Linh; và dù có cầu nguyện đến mấy, thì lời cầu nguyện của người ấy sẽ không được nhậm lời. Vì người đã đi xa khỏi Đức Chúa Trời, gần với thế gian hơn, và do vậy cuối cùng phạm những tội trọng dẫn đến chết – những tội như là tà dâm về thể xác. Như đã được chép trong Hê-bơ-rơ chương 6 hoặc chương 10, nó giống như đóng đinh Chúa Giê-su một lần nữa, và do đó bước đi theo con đường sự chết.

Cho nên chúng ta hãy trừ bỏ hết những tội tà dâm trong tâm linh, tâm trí, hay thân thể, và sống thánh khiết, đáp ứng đủ phẩm chất để trở nên những nàng dâu của Đấng Christ – không tì không vết không chỗ trách được – mang đến một đời sống phước hạnh, làm vui lòng Cha.

Chương 9
Điều Răn Thứ Tám

"Ngươi Chớ Trộm Cướp"

Xuất Ê-díp-tô Ký 20:15

"Ngươi chớ trộm cướp."

Vâng giữ Mười Điều Răn của Đức Chúa Trời ảnh hưởng trực tiếp đến sự cứu rỗi của chúng ta và khả năng chúng ta đắc thắng, chinh phục, và cai trị trên quyền lực của kẻ thù ma quỉ và Satan. Đối với người Y-sơ-ra-ên, vâng giữ hay không vâng giữ Mười Điều Răn quyết định họ là một trong những người được chọn của Đức Chúa Trời hay không được chọn.

Cũng giống như vậy, đối với chúng ta là con cái của Đức Chúa Trời, chúng ta vâng giữ hay không vâng giữ lời Đức Chúa Trời cũng quyết định chúng ta được cứu hay không được cứu. Vì sự chúng ta vâng giữ các điều răn của Đức Chúa Trời tạo ra một tiêu chuẩn đức tin. Nên sự vâng giữ Mười Điều Răn được thắt chặt với sự cứu rỗi của chúng ta và là bằng chứng về sự yêu thương và những phước hạnh của Đức Chúa Trời dành cho chúng ta.

"Ngươi Chớ Trộm Cướp."

Có một người Hàn Quốc lớn tuổi nói, "Kẻ trộm cái kim sẽ trở thành kẻ trộm con bò." Nghĩa là nếu người ta phạm một tội nhỏ mà không bị phạt, và người đó cứ tiếp tục lặp lại hành động tiêu cực như vậy, chẳng bao lâu người đó có thể phạm tội trọng hơn với những hậu quả tiêu cực hơn. Đây là lý do Đức Chúa Trời cảnh báo cho chúng ta, "Ngươi chớ trộm cướp."

Đây là một bản báo cáo của một người tên là Fu Pu-ch'i,

người được gọi là "Tsze-tsien" hay "Tzu-chien" và là một trong những môn đồ của Khổng Tử, và là sĩ quan chỉ huy của Tan-fu thuộc Bang Lu, trong suốt thời điểm Chunqiu của Trung Quốc (mùa Xuân và mùa Thu) và Thời Điểm các nước đánh nhau. Có tin hay rằng những người lính ở nước láng giềng Qi đang tấn công, và Fu Pu-ch'i đã yêu cầu các tường thành của vương quốc phải được đóng chặt chẽ. Nó đã xảy ra gần vào mùa gặt và cây trồng trên những cánh đồng của người nông dân đã đến mùa thu hoạch. Người ta đề nghị, "Trước khi đóng tường thành có thể cho chúng tôi thu hoạch mùa màng của chúng tôi trên cánh đồng, trước lúc kẻ thù đến được không?" Không để ý đến lời đề nghị của mọi người, Fu Pu-ch'i đã đóng các tường thành lại. Rồi người ta bắt đầu bực tức với Fu Pu-ch'i, nói rằng ông ấy có thiên vị với kẻ thù, cho nên ông ấy bị nhà vua triệu đến để thẩm tra. Khi nhà vua hỏi ông về những hành động của ông, Fu Pu-ch'i đã trả lời, "Vâng, nó là một tổn thất lớn cho chúng ta nếu kẻ thù của chúng ta lấy hết mùa màng, nhưng nếu dân sự của chúng ta, vội vàng theo thói quen thu mùa màng từ cánh đồng về mà không thuộc về họ, thì sẽ khó phá thói quen này của họ thậm chí sau mười năm nữa cũng không phá được." Với lời phát biểu này, Fu Pu-ch'i giành được sự tôn trọng và được nhà vua thán phục.

Fu Pu-ch'i có thể cho người ta thu hoạch mùa màng như họ đã đề nghị, nhưng nếu họ học cách biện minh cho hành động trộm cắp trên cánh đồng của người khác, thì hậu quả cuối cùng có thể là thiệt hại hơn cho mọi người và cho đất nước trong một thời gian dài. Nên "trộm cướp" nghĩa là giữ cái gì đó bằng một cách sai trật với một động cơ sai trật; hoặc lấy cái gì đó không thuộc về mình, hay lén lút chiếm đoạt tài sản của người khác.

Nhưng "trộm cướp" mà Đức Chúa Trời nói đến có giải nghĩa thuộc linh sâu hơn và rộng hơn. Vậy cái gì liên kết chặt với nghĩa của từ "trộm cướp" trong điều răn thứ tám?

Lấy Cái Gì của Người Khác: Định Nghĩa Về Trộm Cướp Thuộc Thể

Kinh Thánh đặc biệt cấm trộm cướp, và nó vạch ra những nguyên tắc riêng về những gì phải làm khi người ta ăn trộm (Xuất Ê-díp-tô Ký 22).

Nếu một con vật bị bắt trộm được tìm thấy hãy còn sống trong tay kẻ trộm, thì kẻ trộm phải bồi thường cho người chủ gấp hai lần số đã lấy. Nếu ai bắt trộm một con vật và giết thịt hay bán đi, thì kẻ trộm phải bồi thường lại cho người chủ năm con bò cho một con, bốn con chiên cho một con. Dù vật đó nhỏ như thế nào, nhưng lấy của người khác là ăn trộm, xã hội liệt họ vào loại tội phạm và có những hình phạt đặc biệt.

Ngoài những trường hợp trộm cướp rõ ràng này, còn có những trường hợp mà người ta có thể lấy trộm do sao lãng. Thí dụ, trong cuộc sống hằng ngày, chúng ta có thể quen sử dụng đồ của người khác mà không hỏi hay không nghĩ ngợi gì. Thậm chí chúng ta có thể không cảm thấy xấu hổ vì dùng đồ mà không có sự cho phép, vì có thể chúng ta cũng gần gũi với người đó hay vật chúng ta dùng không có giá trị lắm.

Trường hợp đó cũng giống như khi chúng ta dùng đồ của người phối ngẫu mà không được sự cho phép. Ngay cả trong hoàn cảnh quen thuộc, nếu chúng ta dùng đồ của người khác mà không được sự cho phép, ngay khi chúng ta dùng nó xong, chúng ta phải trả lại liền. Tuy nhiên, có nhiều khi chúng ta cũng không để trả lại.

Điều này không chỉ khiến cho người ta bị mất mát; mà còn là một hành động thiếu tôn trọng người kia. Mặc dù nó có thể không được xem là một tội phạm nghiêm trọng theo luật của xã hội, nhưng điều này được xem là lấy trộm theo con mắt của Đức Chúa Trời. Nếu ai thực sự có lương tâm trong sạch, và người ấy lấy cái gì – dù chỉ là một vật nhỏ hay không có giá trị – từ người khác mà không có sự cho phép, người ấy sẽ cảm thấy xấu hổ về điều đó.

Dù chúng ta không lấy trộm hay lấy cái gì đó do bắt buộc, nhưng nếu chúng ta giành được đồ của người khác theo cách không chính đáng, thì nó vẫn được xem là lấy trộm. Dùng địa vị hay quyền lực của mình để nhận vật hối lộ thì cũng rơi vào loại này. Xuất Ê-díp-tô Ký 23:8 cảnh báo, *"Ngươi chớ nhậm của hối lộ, vì của hối lộ làm mờ mắt người thượng trí, và làm mất duyên do của kẻ công bình."*

Những người bán dạo với lương tâm tốt sẽ cảm thấy xấu hổ khi họ lấy vượt giá của khách hàng để thu nhiều lợi nhuận về cho mình. Mặc dù họ không lấy trộm của cải của người khác cách bí mật, thì hành động này vẫn được xem là trộm cướp vì họ lấy nhiều hơn số lượng dự kiến.

Trộm Cướp Thuộc Linh: Lấy Những Gì Thuộc Về Đức Chúa Trời

Ngoài "trộm cướp" bạn lấy từ người khác không được sự cho phép ra, còn có "trộm cướp thuộc linh" lấy từ Đức Chúa Trời mà không được cho phép. Điều này có thể ảnh hưởng hoàn toàn đến sự cứu rỗi.

Giu-đa Ích-ca-ri-ốt, một trong những môn đệ của Chúa Giê-su, Giu-đa Ích-ca-ri-ốt, được phụ trách quản lý tất cả số tiền dâng hiến mà mọi người dâng sau khi được Chúa Giê-su chữa lành hay được ban phước. Nhưng đến thời điểm này, sự tham lam đã bước vào lòng của ông ta, và ông ta bắt đầu trộm cắp (Giăng 12:6).

Trong Giăng chương 12, Chúa Giê-su đến thăm nhà của Si-môn ở Bê-tha-ni, chúng ta thấy cảnh một người phụ nữ đến và đổ chai dầu thơm xức chân Chúa Giê-su. Nhìn thấy cảnh này, Giu-đa trách bà, hỏi tại sao không bán dầu thơm đi lấy tiền cho người nghèo. Nếu dầu thơm mắc được bán đi, thì ông ấy là người giữ túi bạc, có thể tự xử với số tiền đó, nhưng vì nó được đổ ra để xức cho chân Chúa Giê-su, nên ông ta cảm thấy đó là một vật có lợi nhuận mà lại bị dùng lãng phí.

Cuối cùng thì, Giu-đa đã trở thành nô lệ cho tội lỗi, đã bán Chúa Giê-su với giá ba chục bạc. Mặc dù ông có cơ hội được nhận vinh dự là một trong những môn đệ của Chúa Giê-su, nhưng ông lại lấy trộm của Đức Chúa Trời và bán thầy của mình, nhục nhã vì tội lỗi mình. Đáng tiếc là ông ta không thể nhận được linh của sự ăn năn trước khi kết liễu cuộc đời mình và chấm dứt cách bi thảm (Công Vụ 1:18).

Đây là lý do chúng ta cần phải xem xét kỹ lưỡng hơn vào những gì sẽ xảy ra nếu người ta trộm cắp của Đức Chúa Trời.

Trường Hợp Thứ Nhất Là Có Ai Đặt Tay Vào Tài Sản Của Nhà Thờ.

Dù kẻ trộm là một người ngoại, nếu anh ta trộm cắp của nhà thờ, anh ta sẽ cảm thấy có sự sợ hãi trong lòng. Nhưng nếu một tín hữu đặt tay vào tiền của Đức Chúa Trời, thì làm sao anh ấy có thể nói anh có đức tin nhận sự cứu rỗi?

Dù người ta không bao giờ phát hiện ra, nhưng Đức Chúa Trời nhìn thấy mọi việc, và đến thời điểm, Ngài sẽ điều khiển sự phán xét công bình của Ngài, và kẻ trộm cướp sẽ phải trả giá cho hình phạt về tội lỗi mình. Nếu kẻ trộm cướp không thể ăn năn về tội lỗi của mình và chết mà không nhận được sự cứu rỗi, thì điều đó sẽ khủng khiếp như thế nào? Lúc đó, dù anh ta có đấm ngực mình và hối hận về những hành động của mình, thì cũng đã quá muộn. Anh ta không được chạm đến tiền của Đức Chúa Trời ngay từ ban đầu.

Trường Hợp Thứ Hai Là Ai Đó Lợi Dụng Của Cải Của Nhà Thờ hoặc Dùng Sai Tiền Của Nhà Thờ.

Dù người ta có thể không lấy trộm tiền dâng hiến trực tiếp, nhưng nếu người ấy dùng tiền đã thu từ một số phí của các thành viên trong nhóm truyền giáo hay từ những khoản khác để dùng riêng cho mình, thì nó cũng giống như là trộm cắp từ Đức Chúa Trời. Nó cũng là trộm cắp nếu mua tiếp tế cho văn phòng hay vật gì đó bằng tiền của nhà thờ và sử dụng nó cho những nhu cầu cá nhân.

Lãng phí các ngân sách trong nhà thờ, lấy tài chánh trong nhà thờ chi trả cho các khoản và sử dụng tiền thừa cho các mục đích khác thay vì trả lại nhà thờ, hoặc sử dụng điện thoại, điện, trang thiết bị, đồ đạc, hay các đồ tiếp tế khác của nhà thờ cho cá nhân sử dụng theo ý mình cũng là hình thức quản lý sai trong tiền bạc của nhà thờ.

Chúng ta cũng phải cẩn thận không cho trẻ em gấp hay làm rách các phong bì đựng tiền dâng, các tờ bản tin hay báo trí của nhà thờ làm trò chơi. Một số người có thể nghĩ là chuyện lặt vặt không quan trọng, nhưng trong một mức độ thuộc linh, về cơ bản vẫn là ăn trộm của Đức Chúa Trời, và những hành động này có thể trở thành hàng rào ngăn cách chúng ta với

Đức Chúa Trời.

Trường Hợp Thứ Ba Là Ăn Trộm Một Phần Mười Và Các Của Dâng.

Trong Ma-la-chi 3:8-9 có nói, *"Người ta có thể ăn trộm Đức Chúa Trời sao? Mà các ngươi ăn trộm ta. Các ngươi nói rằng; Chúng tôi ăn trộm Chúa ở đâu? Các ngươi đã ăn trộm trong các phần mười và trong các của dâng. Các ngươi bị rủa sả, vì các ngươi, thảy cả nước, đều ăn trộm ta."*

Phần mười là dâng cho Đức Chúa Trời một phần mười của những gì chúng ta kiếm được, là bằng chứng chúng ta hiểu rằng Ngài là Ông Chủ trên tất cả mọi vật chất và Ngài giám sát tất cả đời sống chúng ta. Đó là lý do nếu chúng ta nói chúng ta tin Đức Chúa Trời mà chưa dâng một phần mười, thì chúng ta đang ăn trộm của Đức Chúa Trời, và rồi một sự rủa sả có thể lẻn vào trong đời sống của chúng ta. Điều này không có nghĩa là Đức Chúa Trời rủa sả chúng ta. Mà nó có nghĩa là Satan buộc tội chúng ta vì hành vi sai trái này, Đức Chúa Trời không bảo vệ chúng ta, vì chúng ta hoàn toàn đã phá vỡ luật pháp của Đức Chúa Trời. Vì thế chúng ta có thể phải kinh nghiệm được những nan đề về tài chánh, những sự cám dỗ, những sự đau yếu bệnh hoạn thình lình.

Nhưng trong Ma-la-chi 3:10 nói, *"Các ngươi hãy đem hết thảy phần mười vào kho, hầu cho có lương thực trong nhà ta;*

và từ nay các ngươi khá lấy điều nầy mà thử ta, Đức Giê-hô-va vạn quân phán, xem ta có mở các cửa sổ trên trời cho các ngươi, đổ phước xuống cho các ngươi đến nỗi không chỗ chứa chăng!" Khi chúng ta dâng hiến đủ một phần mười, chúng ta có thể nhận được những phước hạnh đã hứa và sự bảo vệ của Đức Chúa Trời.

Có một số người không nhận được sự bảo vệ của Đức Chúa Trời vì họ không dâng đủ một phần mười. Không tính hết các nguồn thu nhập, người ta dự tính phần mười của họ trong thực lương của họ, thay cho tổng lương, và sau khi đã trừ tất cả chiết khấu và các loại thuế.

Nhưng phần mười đủ là dâng cho Đức Chúa Trời một phần mười tổng thu nhập. Thu nhập từ phía kinh doanh, các quà tặng về tiền tệ, những buổi mời ăn tối, hay các quà tặng có lợi nhuận riêng, rồi chúng ta phải tính một phần mười giá trị từ những khoản kiếm được và cũng phải dâng đủ phần mười.

Trong một số trường hợp, người ta có tính các phần mười của họ nhưng dâng nó cho Đức Chúa Trời như là một loại dâng hiến khác, như dâng hiến cho truyền giáo, hay những sự dâng hiến làm từ thiện. Thì đây vẫn được xem là ăn trộm của Đức Chúa Trời, vì đây không phải là một phần mười. Làm sao để hội thánh dùng tiền dâng hiến phát triển tài chánh trong hội thánh, điều đó phụ thuộc vào chúng ta trong việc dâng hiến một phần mười sao cho đúng.

Chúng ta cũng có thể dâng các khoản dâng khác như là những của dâng cảm tạ. Con cái của Đức Chúa Trời cũng có nhiều điều để cảm tạ. Với quà tặng về sự cứu rỗi chúng ta có thể lên thiên đàng, với những bổn phận khác trong hội thánh chúng ta có thể gặt hái được những phần thưởng trên thiên đàng, và trong khi còn sống ở đây trên đất này, chúng ta nhận được sự bảo vệ và phước hạnh của Đức Chúa Trời mọi lúc, nên làm sao chúng ta không cảm tạ được!

Đó là lý do mỗi Chúa Nhật chúng ta đến trước mặt Đức Chúa Trời với rất nhiều của lễ cảm tạ như là cảm tạ Đức Chúa Trời về sự bảo vệ của Ngài trong tuần qua. Và trong các lễ hội hay những dịp đặc biệt nào theo Kinh Thánh, chúng ta có lý do để cảm tạ Đức Chúa Trời. Chúng ta biệt riêng ra một phần dâng đặc biệt và dâng cho Đức Chúa Trời.

Trong mối quan hệ của chúng ta với người khác, khi ai đó giúp đỡ chúng ta hay phục vụ chúng ta theo một cách đặc biệt, chúng ta không chỉ cảm thấy biết ơn trong lòng; mà chúng ta còn muốn tặng lại cái gì cho họ. Cũng giống như vậy, tự nhiên chúng ta muốn dâng cái gì đó cho Đức Chúa Trời để bày tỏ sự cảm kích về việc ban sự cứu rỗi và việc dành sẵn thiên đàng cho chúng ta (Ma-thi-ơ 6:21).

Nếu ai đó nói mình có đức tin nhưng còn keo kiệt chưa dâng hiến cho Đức Chúa Trời, nghĩa là người ấy vẫn còn tham lam của cải vật chất. Điều này chứng tỏ người ấy yêu vật chất hơn Đức Chúa Trời. Đó là lý do trong Ma-thi-ơ 6:24 nói, *"Chẳng ai* được làm tôi hai chủ; vì sẽ ghét người nầy mà yêu người kia, hoặc trọng người nầy mà khinh người kia. Các ngươi không có thể làm tôi Đức Chúa Trời lại làm tôi Ma-môn nữa." Nếu chúng ta là những Cơ-đốc-nhân trưởng thành, nhưng yêu của cải vật chất hơn Đức Chúa Trời, thì rất dễ chúng ta lại sa ngã trong đức tin hơn là tăng trưởng. Ân điển mỗi lần chúng ta nhận trở thành một ký ức đã trôi qua từ lâu, lý do để cảm tạ bị rút lại, và trước khi chúng ta biết, đức tin của chúng ta teo lại tới mức mà sự cứu rỗi của chúng ta lâm vào cảnh hiếm nghèo.

Đức Chúa Trời đẹp lòng với mùi thơm của một của lễ cảm tạ thật và đức tin thật. Mỗi người có mực đức tin khác nhau, và Đức Chúa Trời biết hoàn cảnh của mỗi người, và Ngài nhìn thấy trong lòng của mỗi người. Nên nó không phải là kích cỡ hay số lượng dâng hiến. Nên nhớ rằng Chúa Giê-su đã khen bà góa nghèo đã dâng hai đồng tiền, hết của mình có để nuôi mình (Lu-ca 21:2-4).

Khi chúng ta làm đẹp lòng Đức Chúa Trời giống như vậy, Đức Chúa Trời sẽ ban phước cho chúng ta nhiều phước hạnh và nhiều lý do để cảm tạ để những của dâng mà chúng ta dâng không so sánh được với những phước hạnh chúng ta nhận từ Đức Chúa Trời. Đức Chúa Trời làm cho phần linh chúng ta được thạnh vượng, và Ngài ban phước cho chúng ta đến nỗi đời sống của chúng ta tràn đầy lý do để cảm tạ. Đức Chúa Trời ban phước cho chúng ta ba chục, sáu chục, và một trăm lần những của dâng chúng ta dâng cho Đức Chúa Trời.

Sau khi tiếp nhận Đấng Christ, chẳng mấy chốc tôi đã học biết rằng chúng ta phải dâng đủ một phần mười và các của dâng cho Đức Chúa Trời, tôi bắt đầu vâng lời ngay lập tức. Tôi đã mắc nợ rất nhiều trong suốt bảy năm tôi nằm liệt giường do bệnh tật, nhưng vì tôi rất cảm tạ Đức Chúa Trời đã chữa lành bệnh tật cho tôi, nên tôi luôn luôn dâng cho Đức Chúa Trời nhiều hơn tôi có thể. Mặc dù vợ tôi và tôi cả hai đều làm việc, nhưng chúng tôi chỉ vừa đủ trả tiền lãi chúng tôi nợ. Tuy nhiên, chúng tôi không bao giờ đi đến thờ phượng Chúa bằng tay không.

Khi chúng tôi tin vào quyền tể trị tuyệt đối của Đức Chúa Trời và vâng theo lời Ngài, Ngài đã vùa giúp cho chúng tôi trả được hết nợ chỉ trong vài tháng. Và đúng thời điểm, chúng tôi có thể kinh nghiệm Đức Chúa Trời đổ phước hạnh không ngừng xuống cho chúng tôi để chúng tôi có thể sống dư dật.

Trường Hợp Thứ Tư là Ăn Trộm Lời Đức Chúa Trời.

Ăn trộm lời Đức Chúa Trời nghĩa là bịa ra một lời tiên tri giả trong danh của Đức Chúa Trời (Giê-rê-mi 23:30-32). Thí dụ, có nhiều người ăn trộm lời Đức Chúa Trời bằng cách nói rằng họ đã nghe tiếng Đức Chúa Trời và họ nói về tương lai giống như một thầy bói hay nói với một người đang thất bại trong kinh doanh rằng "Đức Chúa Trời đã làm cho anh thất bại trong kinh doanh vì anh được dự định để làm mục sư, thay vì quản trị kinh doanh."

Đó cũng được xem là ăn trộm lời Đức Chúa Trời khi ai đó có một giấc mơ hay một khải tượng lấy từ những tư tưởng riêng và nói, "Đức Chúa Trời ban cho tôi giấc mơ này," hay "Đức Chúa Trời đã ban cho tôi khải tượng này." Điều này cũng rơi vào loại dùng sai danh của Đức Chúa Trời.

Dĩ nhiên hiểu ý muốn của Đức Chúa Trời qua công tác của Đức Thánh Linh và công bố ý muốn của Đức Chúa Trời là tốt lành, nhưng để làm được việc này đúng, chúng ta cần phải kiểm tra xem liệu chúng ta có được chấp nhận trước Đức Chúa Trời không? Vì không phải ai Đức Chúa Trời cũng phán. Ngài chỉ có thể phán với những người có lòng thanh sạch. Đây là lý do tại sao chúng ta cần phải bảo đảm là chúng ta không xem nhẹ việc ăn trộm lời Đức Chúa Trời trong lúc trầm ngâm suy nghĩ.

Hơn thế nữa, nếu chúng ta chưa bao giờ cảm thấy day dứt lương tâm, xấu hổ, hay ngượng ngựu khi chúng ta lấy cái gì hay làm cái gì, thì đây là một dấu hiệu để chúng ta phải tự đánh giá lại mình. Lý do tại sao chúng ta cảm thấy day dứt lương tâm vì chúng ta có thể lấy cái gì đó không thuộc về chúng ta vì những động cơ ích kỷ riêng của chúng ta, và Đức Thánh Linh bên trong chúng ta buồn lòng.

Thí dụ, dù chúng ta không ăn trộm vật gì, nhưng nếu chúng ta nhận tiền công sau khi làm việc uể oải hoặc nếu chúng ta nhận một nhiệm vụ hay một công tác trong hội thánh mà chúng ta không hoàn thành trách nhiệm của chúng ta, thì giả sử là chúng ta có tấm lòng, chúng ta phải cảm thấy day dứt lương tâm.

Cũng vậy, nếu một người đã cống hiến cho Đức Chúa Trời lại lãng phí thì giờ, để Đức Chúa Trời sang một bên và khiến mất thời gian cho vương quốc của Đức Chúa Trời, thì người ấy đang ăn trộm thời gian. Không chỉ với Đức Chúa Trời, mà còn trong công việc hay sắp xếp, chúng ta cần phải bảo đảm đúng giờ để chúng ta không gây thiệt hại cho những người khác do lãng phí thời gian

Bởi vậy, chúng ta phải luôn luôn tự đánh giá mình để bảo đảm là chúng ta không phạm vào tội ăn trộn bằng bất cứ giá nào, và quăng sự ích kỷ và lòng tham lam ra xa khỏi tâm trí và tấm lòng của chúng ta, Và với một lương tâm trong sạch, chúng ta phải cố gắng đạt được một tấm lòng ngay thẳng và trung thành trước mặt Đức Chúa Trời.

Chương 10
Điều Răn Thứ Chín

"Ngươi Chớ Nói Chứng Dối Cho Kẻ Lân Cận Mình"

Xuất Ê-díp-tô Ký 20:16

"Ngươi chớ nói chứng dối cho kẻ lân cận mình."

Trong đêm Chúa Giê-su bị bắt. Bấy giờ Phi-e-rơ đang ngồi ở sân nơi Chúa Giê-su bị chất vấn, có một người đầy tớ gái nói với ông, "Ngươi cũng là kẻ ở với Giê-su, người Ga-li-lê." Song Phi-e-rơ sửng sốt trả lời, "Ta không hiểu ngươi nói chi" (Ma-thi-ơ 26). Phi-e-rơ thực sự trong lòng không chối Chúa – ông đang nói dối vì sự sợ hãi trào dâng bất ngờ. Ngay sau khi việc này xảy ra, Phi-e-rơ đã đi ra ngoài đập đầu xuống đất và khóc lóc cách đắng cay. Rồi khi Chúa Giê-su vác thập tự giá lên đồi Gô-gô-tha, Phi-e-rơ chỉ có thể theo ngài xa xa, ông xấu hổ và không thể ngẩng đầu lên.

Mặc dù tất cả điều này xảy ra trước khi Phi-e-rơ nhận Đức Thánh Linh, nhưng vì ông nói dối, ông sợ bị đóng đinh giống như Chúa Giê-su. Nên ngay cả sau khi nhận được Đức Thánh Linh và dâng hiến trọn đời mình cho chức vụ của Ngài, ông cũng vẫn xấu hổ vì lúc ông chối Chúa Giê-su, và cuối cùng ông tình nguyện chịu đóng đinh dốc ngược đầu xuống.

"Ngươi Chớ Nói Chứng Dối Cho Kẻ Lân Cận Mình"

Những lời mà người ta nói cơ bản hàng ngày, có một số lời rất quan trọng, trong khi những lời khác lại không có ý nghĩa. Một số lời vô nghĩa, và một số lời thì ác ý gây tổn thương và lừa dối người khác.

Nói dối là nói những lời gian ác làm xa rời lẽ thật. Mặc dù người ta không thú nhận điều đó, nhưng hàng ngày có nhiều người nói vô số những lời nói dối – cả lớn và nhỏ. Một số người hãnh diện nói, "Tôi không nói dối," nhưng trước khi họ biết điều đó, họ đang đứng ở đỉnh cao của sự nói dối.

Đất cát, rác rưởi, và nhiều thứ bừa bãi có thể giấu trong bóng tối. Nhưng, nếu có một ánh sáng chiếu vào trong một căn phòng, thì dù một hạt bụi nhỏ nhất hay một vết nhỏ cũng thấy rõ. Cũng vậy, Đức Chúa Trời, chính Ngài là lẽ thật, Ngài là sự sáng; và Ngài nhìn thấy nhiều người lúc nào cũng nói dối.

Đây là lý do trong điều răn thứ chín, Đức Chúa Trời phán dạy chúng ta đừng làm chứng dối cho người lân cận mình. Ở đây, "người lân cận" có nghĩa là cha mẹ, anh em, con cái, – bất cứ ai ngoài mình. Hãy xem Đức Chúa Trời định nghĩa như thế nào về "làm chứng dối" trong ba phần.

Thứ Nhất, "Làm Chứng Dối" Nghĩa Là Nói Về Người Lân Cận Của Bạn Một Cách Sai Sự Thật.

Chúng ta có thể thấy làm chứng dối có thể khủng khiếp như thế nào, chẳng hạn như, khi chúng ta theo dõi những phiên tòa xét xử ở tòa án. Vì lời chứng của một người làm chứng trực tiếp ảnh hưởng tới sự phán xét cuối cùng, chỉ một cái chóp nón mỏng cũng có thể gây ra họa lớn cho một người vô tội, và tình thế có thể trở nên chuyện sống hay chết cho người ấy.

Để ngăn chặn việc lạm dụng lời chứng hay làm chứng dối,

Đức chúa Trời đã truyền dạy cho các quan xét phải lắng nghe nhiều lời chứng để hiểu đúng chính xác mọi khía cạnh trong trường hợp đó hầu cho có thể phán xét cách khôn ngoan và thận trọng. Đây là lý do Đức Chúa Trời yêu cầu những người làm chứng và các quan án phải làm việc cách khôn ngoan và thận trọng.

Trong Phục Truyền 19:15, Đức Chúa Trời phán, *"Chứng độc chiếc không đủ cớ định tội cho người nào, bất luận gian ác, tội lỗi nào mà người đã phạm; cứ theo lời của hai hay ba người chứng, thì sự mới định tội được."* Ngài tiếp tục phán trong câu 16-20 *"Nếu thấy người chứng nầy là chứng dối, đã thưa gian cho anh em mình,"* thì hắn phải nhận sự hình phạt y như hắn đã toan làm cho anh em mình.

Ngoài những trường hợp nghiêm trọng có thể gây một tổn thất lớn cho người khác ra, còn có nhiều trường hợp người ta nói dối nhỏ nhặt khác cho người lân cận mình hàng ngày trong cuộc sống. Dù người ta không nói dối cho người lân cận mình, nhưng nếu họ không tiết lộ sự thật trong tình thế mà họ phải nói sự thật để bào chữa cho người lân cận mình, thì đây cũng được xem là làm chứng dối.

Nếu người khác phải lãnh sự sai trật mà chúng ta đã phạm, mà chúng ta không nói ra vì sợ mình gặp rắc rối, thì làm sao chúng ta có thể có một lương tâm thanh sạch? Đúng, Đức Chúa Trời phán dặn chúng ta không được nói dối, nhưng Ngài cũng phán dặn chúng ta phải có tấm lòng thành thực để những lời nói và hành động của chúng ta phản ánh đúng sự thật và mang tính chính trực.

Vậy Đức Chúa Trời nghĩ gì về "những lời nói dối vô hại" mà chúng ta nói để yên ủi người khác hay làm cho họ cảm thấy tốt hơn?

Thí dụ, có thể chúng ta đi thăm một người bạn, và anh ấy hỏi chúng ta, "Các anh đã ăn chưa?" Và mặc dù chúng ta chưa ăn, chúng ta cũng trả lời, "chúng tôi ăn rồi," để không làm phiền anh ấy. Tuy nhiên, trong trường hợp này chúng ta vẫn phải nói thật là, "Chưa, tôi chưa ăn, nhưng tôi không muốn ăn ngay bây giờ."

Đây là những thí dụ về "những lời nói dối vô hại" ngay cả trong Kinh Thánh.

Trong Xuất Ê-díp-tô Ký Chương 1, có một cảnh vua Ai-cập cảm thấy lo lắng vì các con trai của Y-sơ-ra-ên càng ngày càng đông, và vua ra lệnh cho các bà mụ của dân Hê-bơ-rơ đến. Ông nói với họ, *"Khi các ngươi đi rước thai cho người đàn bà Hê-bơ-rơ, hễ thấy sanh con trai, thì hãy làm cho chết đi; còn con gái, thì hãy để cho sống"* (Câu 16).

Nhưng những bà mụ của dân Hê-bơ-rơ có lòng kính sợ Đức Chúa Trời không nghe theo vua Ai-cập và giữ cho các bé trai sống. Khi vua triệu những bà mụ đến và hỏi, "Sao các ngươi làm như vậy, để cho những con trai sống?" Họ đã trả lời rằng, "Ấy tại người đàn bà Hê-bơ-rơ chẳng phải như người đàn bà Ê-díp-tô; vì họ mạnh khỏe hơn, đã sanh nở trước khi mụ đến." Cũng vậy, vua đầu tiên của Y-sơ-ra-ên, Vua Sau-lơ, đã ghen ty với Đa-vít và tìm cách giết ông vì ông được nhiều người yêu mến hơn, chính Giô-na-than con trai của Sau-lơ cũng phải lừa cha mình để cứu mạng sống Đa-vít.

Trong trường hợp này, người ta nói dối chỉ vì ích lợi cho người khác, thực sự là vì ý tốt cho người khác, chứ không phải vì những động cơ ích kỷ của riêng mình, Đức Chúa Trời sẽ không tự động trừng phạt họ và phán, "Ngươi nói dối." Cũng giống như Ngài đã làm với những bà mụ của dân Hê-bơ-rơ, Ngài sẽ bày tỏ ân điển của Ngài với họ, vì họ đã cố gắng cứu mạng người với ý tốt. Tuy nhiên, khi người ta đạt đến một mức độ tốt lành hoàn hảo, thì họ sẽ có khả năng đụng chạm tới lòng của đối phương hay người mà họ đang quan tâm mà không phải "nói dối vô hại."

Thứ Hai, Thêm Hoặc Bớt Lời khi Truyền Tải Thông Điệp là Một Hình Thức Làm Chứng Dối.

Đây là trường hợp khi bạn truyền tải một thông điệp về ai theo cách bóp méo sự việc – có thể là bạn đã thêm những tư tưởng hay những cảm nghĩ riêng của bạn vào, hoặc bạn bỏ một số lời nào đó. Khi có ai kể cho họ nghe điều gì đó, hầu hết người ta nghe bằng đôi tai chủ quan, cứ như vậy họ đã nhận thông tin phụ thuộc nhiều vào cảm xúc và những kinh nghiệm trước của họ. Đó là lý do khi có một thông tin nào đó được truyền từ người này sang người khác, thì ý thông điệp của người nói ban đầu có thể dễ dàng bị mất.

Nhưng dù từng từ một – dấu chấm câu và tất cả – được truyền tải chính xác, còn phụ thuộc vào ngữ điệu của thông điệp hoặc nhấn mạnh vào những từ nào đó, nghĩa sẽ chắc chắn thay đổi. Thí dụ, có một sự khác biệt lớn giữa ai đó hỏi bạn mình cách yêu thương là, "Tại sao?" và người khác với biểu hiện tức giận trên khuôn mặt lớn tiếng với kình địch của mình, "Tại sao?!"

Đó là lý do mà bất cứ khi nào chúng ta nói chuyện, chúng ta phải cố gắng hiểu những gì người ấy đang nói mà không gắn thêm bất cứ cảm xúc riêng nào vào trong thông điệp của họ. Nguyên tắc cũng áp dụng giống như khi chúng ta nói chuyện với người khác. Chúng ta phải cố gắng hết sức truyền tải chính xác thông điệp của người nói ban đầu – nghĩa chính xác và tương tự như của người ấy.

Hơn nữa, nếu nội dung của thông điệp không đúng sự thật hoặc không nhất thiết hữu ích cho người nghe, dù chúng ta có truyền tải chính xác thông điệp đó, thì tốt hơn là chúng ta cũng đừng truyền tải nữa. Vì dẫu chúng ta truyền tải nó với những ý định tốt, thì bên nhận có thể bị tổn thương hoặc bị xúc phạm; và nếu điều này xảy ra, thì cuối cùng chúng ta có thể gây mối bất hòa giữa mọi người.

Ma-thi-ơ 12:36-37 nói, *"Và, ta bảo các ngươi, đến ngày phán xét, người ta sẽ khai ra mọi lời hư không mà mình đã nói; vì bởi lời nói mà ngươi sẽ được xưng là công bình, cũng bởi lời nói mà ngươi sẽ bị phạt."* Bởi vậy, chúng ta phải cố gắng nói những lời chân thật hay yêu thương trong Chúa. Điều này cũng áp dụng cho cách chúng ta nghe.

Thứ Ba, Phán Xét và Chỉ Trích Người Khác Mà Thực Sự Không Hiểu Tấm lòng Của Họ Cũng Là Một Hình Thức Làm Chứng Dối Nghịch Lại Người Lân Cận.

Thường xuyên, người ta phán xét tấm lòng hay những dự tính của ai chỉ bằng cách nhìn vào những biểu hiện hay những hành động của người ấy, dùng những ý nghĩ hay cảm xúc riêng của mình như một sự chỉ dẫn. Họ có thể nói, "Người đó có lẽ nói như thế này trong đầu," hoặc họ có thể nói, "Anh ta chắc hẳn có những dự định này vì hành động theo cách đó."

Giả sử một công nhân trẻ không cư xử cởi mở với người giám sát của mình vì anh ấy đang lo nghĩ về môi trường làm việc mới. Người giám sát viên có thể nghĩ, "Gã mới làm kia trông không thoải mái với mình. Có thể là vì mình đã cho gã một số lời phê bình thiếu tích cực mới gần đây chăng." Đây là một sự hiểu sai của người giám sát viên dựa trên những ý niệm riêng của anh ấy. Một trường hợp nữa, có ai đó bị thị lực kém hoặc đang mãi suy nghĩ đi qua bạn mình mà không nhận ra bạn ở đó. Người bạn có thể nghĩ là, "Anh ta hành động giống như anh ta chưa từng biết mình! Tôi tự hỏi liệu anh ta có giận gì mình không."

Và nếu có người khác ở trong tình thế chính xác giống như vậy, anh ấy còn có thể bày tỏ phản ứng khác. Mỗi người có những ý nghĩ và những cảm xúc khác nhau, và do đó mỗi người đều có những phản ứng khác nhau đối với các tình huống. Vì thế, nếu mọi người đều được cho thử thách giống nhau, thì mỗi cá nhân sẽ có một mức độ sức mạnh khác nhau để vượt qua. Đây là lý do khi chúng ta nhìn thấy ai bị đau, chúng ta đừng bao giờ phán xét họ theo mức chịu đựng đau riêng của chúng ta và suy nghĩ "Tại sao anh ấy lại làm ầm lên vì những chuyện không đâu vào đâu?" Thật không dễ để hiểu hết được tấm lòng của người khác – dù bạn thực sự yêu người ấy và có mối quan hệ gần gũi với người ấy.

Hơn nữa, có quá nhiều cách người ta đánh giá sai và hiểu sai về người khác, bị thất vọng, và cuối cùng thì lên án...tất cả đều vì họ đã phán xét người khác theo mức độ riêng của họ. Nếu dựa trên những mức độ riêng của chúng ta để chúng ta phán xét người khác, suy nghĩ người ta có ý định riêng trong lòng mặc dù người ta thực sự không có, và sau đó lại nói tiêu cực, thì chúng ta đang làm chứng dối cho người ta. Và nếu chúng ta tham gia nghe những lời nói dối này và góp phần phán xét và lên án một người nào đó, thì một lần nữa, chúng ta đang phạm tội làm chứng dối nghịch cùng người lân cận mình.

Hầu hết mọi người nghĩ rằng nếu chính họ phản ứng một số

tình huống theo cách gian ác, thì những người khác trong tình huống giống như vậy cũng sẽ làm như vậy. Vì lòng họ là dối trá, nên họ nghĩ những người khác cũng có lòng dối trá giống như vậy. Nếu họ thấy một tình huống hay một cảnh nào đó, họ sẽ nghĩ ra những ý đồ xấu, rồi họ lại nghĩ, "Tôi dám chắc là người đó cũng có những ý đồ xấu." Và vì chính họ khinh thường người khác, nên họ nghĩ, "Người đó đang khinh thường mình. Anh ta đang tự cao tự đại."

Đó là lý do trong Gia-cơ 4:11 nói, *"Hỡi anh em, chớ nói hành nhau. Ai nói hành anh em mình hoặc xét đoán anh em mình, tức là nói xấu luật pháp, và xét đoán luật pháp. Và, nếu ngươi xét đoán luật pháp, thì ngươi chẳng phải là kẻ vâng giữ luật pháp, bèn là người xét đoán luật pháp vậy."* Nếu có ai phán xét hay nói hành anh em mình, nghĩa là người đó đang kiêu ngạo, và rút cuộc người đó muốn phán xét như Đức Chúa Trời.

Và điều quan trọng phải biết là nếu chúng ta nói về sự yếu đuối và xét đoán người khác, thì chúng ta đang phạm tội còn ác hơn họ. Ma-thi-ơ 7:1-5 nói, *"Các ngươi đừng đoán xét ai, để mình khỏi bị đoán xét. Vì các ngươi đoán xét người ta thể nào, thì họ cũng đoán xét lại thể ấy; các ngươi lường cho người ta mực nào, thì họ cũng lường lại cho mực ấy. Sao ngươi dòm thấy cái rác trong mắt anh em ngươi, mà chẳng thấy cây đà trong mắt mình? Sao ngươi dám nói với anh em rằng: Để tôi lấy cái rác ra khỏi mắt anh, mà chính ngươi có cây đà trong mắt mình? Hỡi kẻ giả hình! Trước hết phải lấy cây đà khỏi* mắt mình đi, rồi mới thấy rõ mà lấy cái rác ra khỏi mắt anh em mình được."

Một điều nữa chúng ta phải rất cẩn thận khi phán xét lời Đức Chúa Trời dựa trên những suy đoán riêng của mình. Điều gì bất khả thi với con người, thì có khả thi với Đức Chúa Trời, cho nên khi đến với lời Đức Chúa Trời, chúng ta đừng bao giờ nói, "Điều đó sai."

Nói Dối Bằng Cách Thổi Phồng hay Giảm Bớt Lẽ Thật

Dù không có bất cứ ý định xấu nào, người ta vẫn có khuynh hướng thổi phồng hoặc giảm bớt lẽ thật trong cơ bản thường ngày. Thí dụ, nếu có ai ăn nhiều thức ăn, chúng ta có thể nói, "Anh ta đã ăn hết sạch mọi thứ." Và khi vẫn còn một chút thức ăn còn lại, chúng ta có thể nói, "Không để lại một miếng nào!" Thậm chí nhiều khi thấy chỉ có ba hay bốn người đồng ý về chuyện gì đó, chúng ta nói, "mọi người đều đồng ý hết."

Cũng giống như vậy, có nhiều điều người ta không xem là nói dối, mà hoàn toàn là nói dối. Thậm chí có nhiều trường hợp chúng ta nói về một tình huống mà chúng ta thực sự không biết hết mọi sự việc, nên do đó, chúng ta thành ra người nói dối.

Thí dụ, có ai hỏi chúng ta là có bao nhiêu công nhân làm việc trong một nhà máy nào đó, và chúng ta trả lời, "Có như này công nhân," và sau đó chúng ta đếm và thấy con số đó hoàn toàn khác. Mặc dù chúng ta không có ý định nói dối, nhưng những gì chúng ta nói vẫn là nói dối, vì nó khác với sự thật. Nên trong trường hợp này, tốt hơn hết chúng ta nên trả lời là, "tôi không biết con số chính xác, nhưng tôi nghĩ có khoảng từng đây người." Dĩ nhiên trong những loại trường hợp này chúng ta không có ý nói dối với những động cơ xấu, hoặc phán xét những người khác với lòng gian ác. Tuy nhiên, nếu chúng ta thấy ngay cả chỉ là những ý tưởng hay những hành động hơi bóng gió một chút, thì sẽ là một ý kiến khá hay nếu xếp nó ở dưới cùng của nan đề. Một người có tấm lòng được đổ đầy lẽ thật sẽ không thêm hay bớt sự thật, dù chỉ là một điều nhỏ.

Một người rất thật thà và trung thực có thể nhận được sự thật như thật, và truyền đạt lại sự thật như thật. Nên dù có điều gì đó rất nhỏ và không quan trọng, nếu chính chúng ta nói về nó với ý niệm hơi sai sự thật một chút, thì chúng ta nên biết là với những dấu hiệu này cho thấy tấm lòng của chúng ta chưa hoàn toàn được đầy dẫy lẽ thật. Và nếu tấm lòng của chúng ta chưa hoàn toàn được đầy dẫy lẽ thật, nghĩa là khi ở dưới một tình huống đe dọa tới tính mạng, chúng ta hoàn toàn có khả năng mang sự tổn hại đến cho người khác bằng cách nói dối họ.

Như đã được chép trong 1 Phi-e-rơ 4:11, *"Ví bằng có người giảng luận, thì hãy giảng như rao lời sấm truyền của Đức Chúa Trời,"* chúng ta nên cố gắng đừng nói dối hay nói đùa bằng những lời không thực. Bất kể chúng ta nói gì, chúng ta cũng phải luôn luôn nói sự thật, như thể chúng ta nói lời của Đức Chúa Trời. Và chúng ta có thể làm được điều này bằng cách nhiệt thành cầu nguyện và nhận sự hướng dẫn của Đức Thánh Linh.

Chương 11
Điều Răn Thứ Mười

"Ngươi Chớ Tham Nhà Kẻ Lân Cận Ngươi"

Xuất Ê-díp-tô Ký 20:17

"Ngươi chớ tham nhà kẻ lân cận ngươi, cũng đừng tham vợ người, hoặc tôi trai tớ gái, bò, lừa, hay là vật chi thuộc về kẻ lân cận ngươi."

Bạn có biết câu truyện tham lợi trước mắt, một trong những truyện nổi tiếng của Aesop không? Ngày xửa ngày xưa, trong một ngôi làng nhỏ có một người nông dân đã sở hữu một con ngỗng lạ kỳ. Trong lúc suy nghĩ về những gì phải làm với con ngỗng này, thì một điều rất sửng sốt đã xảy ra.

Con ngỗng đã bắt đầu để ra một quả trứng vàng vào mỗi buổi sáng. Và rồi một ngày kia, người nông dân suy nghĩ, "Có lẽ tất cả trứng vàng đều ở bên trong con ngỗng." Và đột nhiên, người nông dân trở nên ích kỷ và muốn có hàng đống vàng để anh ta có thể trở thành người giàu có ngay lập tức, thay vì phải chờ đợi mỗi ngày để nhận chỉ một quả trứng vàng.

Và khi lòng tham của anh ta quá lớn, người nông dân đã mổ bụng con ngỗng ra, thì phát hiện chẳng có một đốm vàng nào bên trong con ngỗng. Bấy giờ, người nông dân đã nhận ra mình sai và hối hận về những hành động của mình, nhưng nó đã quá muộn.

Lòng tham không đáy cũng vậy. Dù các sông có chảy ra đại dương bao nhiêu, thì đại dương cũng không thể đầy. Lòng tham của con người cũng như vậy. Dù người ta có sở hữu bao nhiêu, cũng không có sự thỏa lòng hoàn toàn. Chúng ta thấy nó mỗi ngày. Khi lòng tham của ai càng lớn, thì người đó không những không thỏa lòng với những gì mình có, mà còn trở nên thèm muốn và cố gắng chiếm đoạt những gì người khác có, dù phải dùng những phương kế hiểm ác. Rồi cuối cùng người ta phạm tội trọng.

"Ngươi Chớ Tham Nhà Kẻ Lân Cận Ngươi"

"Tham" cái gì đó nghĩa là muốn cái mà không thuộc về mình và sau đó cố gắng chiếm đoạt của người khác bằng mọi hành vi sai trái; hay có lòng tham muốn tất cả những điều xác thịt ở thế gian này.

Hầu hết các tội phạm bắt đầu với lòng tham muốn. Tham muốn có thể khiến cho người ta nói dối, trộm cắp, cướp bóc, lừa dối, biển thủ, giết người, và phạm tất cả các loại tội phạm khác. Cũng có những trường hợp người ta không chỉ tham của cải vật chất, mà còn tham địa vị và danh tiếng.

Vì lòng tham muốn này, nhiều khi những mối quan hệ ruột thịt, những mối quan hệ cha con, ngay cả những mối quan hệ vợ chồng cũng trở thành thù ghét. Một số gia đình thành kẻ thù, thay vì sống cuộc sống hạnh phúc trong lẽ thật, người ta trở nên ghen ghét và đố kỵ với những người có hơn họ.

Đây là lý do qua điều răn thứ mười, Đức Chúa trời muốn cảnh báo chúng ta về lòng tham lam, sanh ra tội lỗi. Hơn nữa, Đức Chúa Trời muốn chúng ta ham mến những sự ở trên trời (Cô-lô-se 3:2). Chỉ khi nào chúng ta tìm kiếm sự sống đời đời và đổ đầy trong lòng chúng ta hy vọng về thiên đàng chúng ta mới có thể tìm thấy sự thỏa lòng và sự vui mừng thật. Chỉ như vậy chúng ta mới có thể bỏ đi lòng tham muốn. Lu-ca 12:15 nói, *"Đoạn, Ngài phán cùng chúng rằng: Hãy giữ cẩn thận chớ hà* tiện gì hết; vì sự sống của người ta không phải cốt tại của cải mình dư dật đâu." Như Chúa Giê-su nói, chỉ khi nào chúng ta bỏ đi lòng tham muốn chúng ta mới có thể sống xa với tội lỗi và mới có sự sống đời đời.

Tiến Trình Tham Lam Dẫn Đến Hình Thức Tội Lỗi

Vậy làm sao lòng tham lam lại biến thành một hành động tội lỗi? Giả dụ bạn đến thăm một nhà khá giàu có. Nhà đó được lót bằng cẩm thạch và rất lớn. Trong nhà có đủ loại đồ đạc sang trọng. Đủ để người ta nói, "Nhà này tuyệt vời thật. Nó đẹp toàn diện!"

Nhưng nhiều người không chỉ dừng lại sau khi đưa ra những lời khen này. Họ tiếp tục suy nghĩ, "Ước gì tôi có một căn nhà giống như vậy. Tôi ước tôi cũng giàu có như người đó..." Dĩ nhiên các tín hữu thật sẽ không theo ý tưởng này để phát triển tư tưởng về trộm cắp. Nhưng qua loại ý tưởng này, "Tôi ước tôi cũng có như vậy," lòng tham có thể bước vào lòng người.

Và nếu lòng tham bước vào lòng người, nó chỉ còn là vấn đề thời gian để người đó phạm tội. Như trong Gia-cơ 1:15 nói, *"lòng tư dục cưu mang, sanh ra tội ác; tội ác đã trọn, sanh ra sự chết."* Có một số tín hữu, không kiềm chế được lòng ham muốn hay tham lam, cuối cùng đã phạm tội.

Trong Giô-suê chương 7, chúng ta đọc thấy A-can, không kiềm chế được loại tham lam này và cuối cùng phải chịu hình phạt chết. Giô-suê, là người lãnh đạo thế cho Môi-se, đang trong tiến trình chinh phục đất Ca-na-an. Dân Y-sơ-ra-ên vừa mới vây hãm được thành Giê-ri-cô. Giô-suê đã nhắc nhở dân sự mình mọi thứ chiếm được từ thành Giê-ri-cô phải được dâng cho Đức Chúa Trời, nên không ai được giữ lại vật gì trong tay mình. Song khi nhìn thấy một chiếc áo choàng đắt giá và một số vàng bạc, A-can đã tham lam và âm thầm giấu đi. Vì Giô-suê không biết chuyện này, ông đã tiếp tục tiến vào thành khác để xâm chiếm, thành đó là thành A-hi. Vì A-hi là một thành phố nhỏ, dân Y-sơ-ra-ên đã nhìn nó như một chiến trận dễ dàng chiếm. Nhưng vì sự ngớ ngẩn của họ, nên họ đã thua. Rồi Đức Chúa Trời phán tỏ cho Giô-suê biết đó là vì tội lỗi của A-can. Do đó, không chỉ A-can, nhưng cả gia đình – thậm chí cả những con vật nuôi của A-can – đều phải chết.

Trong 2 Các Vua, chương năm, chúng ta có thể đọc về Ghê-ha-xi, đầy tớ của Ê-li-sê, người cũng bị bệnh phong vì cớ tham lam những vật không nên lấy. Khi Ê-li-sê nói ông nói với Quan Tổng Binh Na-ha-man hãy đi tắm mình bảy lần dưới sông Giô-đanh để được sạch bệnh phung. Sau khi được chữa lành, Na-ha-man muốn ban cho Ê-li-sê một số lễ vật như là một biểu hiện của lòng biết ơn. Nhưng Ê-li-sê đã từ chối không nhận bất cứ vật gì. Song khi Quan Tổng Binh Na-ha-man đang trên đường trở về quê hương mình, thì Ghê-ha-xi đã chạy đuổi theo, hành động như thể Ê-li-sê đã sai mình tới, và xin một số lễ vật. Ông ta đã lấy một số lễ vật và giấu đi. Lúc đã đến trên gò, ông ta bèn ra mắt Ê-li-sê, và cố gắng lừa dối chủ mình, dẫu sự thật là Ê-li-sê đã biết những gì ông ta làm ngay từ ban đầu. Và vì thế Ghê-ha-xi đã bị bệnh phong như Na-ha-man đã từng bị.

Trường hợp của A-na-nia và Sa-phi-ra trong sách Công Vụ, chương năm cũng giống như vậy. Họ bán một phần gia sản mình và hứa dâng hết số tiền họ bán được cho Đức Chúa Trời. Nhưng một khi họ đã có tiền trong tay thì lòng họ thay đổi, và họ giấu một phần tiền cho mình và phần còn lại đưa cho các sứ đồ. Vì tham tiền họ đã cố gắng nói dối các sứ đồ. Nhưng nói dối các sứ đồ cũng giống như nói dối cùng Đức Thánh Linh, nên ngay lập tức, linh hồn của họ đã lìa khỏi họ, và cả hai đều chết tại chỗ.

Lòng Tham Lam Dẫn Đến Sự Chết

Tham lam là một tội trọng, cuối cùng dẫn đến sự chết. Vì thế việc loại bỏ đi tính tham lam cũng như những sự cám dỗ ra khỏi lòng chúng ta chính là sự sống còn của chúng ta và tham lam làm cho chúng ta ham muốn những điều xác thịt của thế gian này. Nếu bạn giành được mọi thứ bạn muốn trong thế gian này mà mất sự sống mình thì có ích chi không?

Ngược lại, mặc dù bạn không thể có tất cả những thứ giàu có của thế gian này, nhưng nếu bạn tin Chúa và có sự sống thật, thì bạn là người giàu có thực sự. khi chúng ta học câu truyện ngụ ngôn về người giàu và La-xa-rơ người ăn xin trong sách Lu-ca chương 16, một phước hạnh thật là nhận được sự cứu rỗi sau khi đã bỏ đi được lòng tham lam.

Người nhà giàu không có đức tin trong Đức Chúa Trời và không có hy vọng về thiên đàng đã sống một đời sống nguy nga lộng lẫy – mặc áo quần tốt, thỏa lòng tham muốn thế gian, ăn ở rất là sung sướng. Mặt khác, La-xa-rơ người ăn xin, nằm ngoài cửa nhà giàu đó. Cuộc sống của người rất hèn mọn; ngay cả con chó thậm chí còn đến liếm ghẻ người. Tuy nhiên, từ sâu thẳm trong đáy lòng người, người đã ngợi khen Đức Chúa Trời và luôn có hy vọng về thiên đàng.

Cuối cùng, cả người nhà giàu và La-xa-rơ đều chết. La-xa-rơ người ăn xin được các thiên sứ đem để vào lòng Áp-ra-ham, nhưng người nhà giàu ở nơi Âm-phủ, nơi ông ở là sự đau khổ. Vì ông quá khát khi ở trong hồ lửa đau đớn, nên người nhà giàu ước ao được một giọt nước thôi cũng đủ, nhưng dù vậy điều ước ao đó cũng không thể được chấp nhận.

Giả sử người nhà giàu có cơ hội thứ hai để sống ở đây trên đất này. Có lẽ ông ta sẽ chọn nhận sự sống đời đời trên thiên đàng, nghĩa là sống một đời sống nghèo khó ở đây, giống như La-xa-rơ, nếu ông ấy học cách kính sợ Đức Chúa trời và sống trong sự sáng của Ngài, ông cũng có thể nhận được những phước hạnh về của cải vật chất trong khi sống ở đây trên đất này.

Sau khi vợ của ông là Sa-ra chết, Áp-ra-ham, cha của đức tin, đã muốn mua đồng Mặc-bê-la để chôn vợ mình ở đó. Người chủ của đồng Mặc-bê-la nói với ông là hãy chôn mà không phải trả tiền, nhưng Áp-ra-ham từ chối lấy đồng đó làm mộ địa mà không trả tiền, và đã trả đúng giá. Ông đã làm điều này vì ông không có ngay cả chỉ là một dấu hiệu tham lam trong lòng ông. Nếu nó không thuộc về ông, thì ông không nghĩ đến việc sở hữu nó (Sáng Thế Ký 23:9-19).

Hơn nữa, Áp-ra-ham yêu mến Đức Chúa Trời và vâng theo lời Ngài; sống một đời sống chân thật và chính trực. Đây là tại sao suốt cuộc đời của ông ở đây trên đất này, Áp-ra-ham đã nhận không chỉ những phước hạnh về của cải vật chất, mà còn nhận được phước hạnh về sự sống đời đời, danh tiếng, quyền năng, dòng dõi, và nhiều hơn nữa. Thậm chí ông ấy đã nhận được phước hạnh thuộc linh được gọi là một 'người bạn của Đức Chúa Trời'.

Những Phước Hạnh Thuộc Linh Vượt Trội Hơn Tất Cả Những Phước Hạnh Vật Chất

Thỉnh thoảng người ta tò mò hỏi, "Người đó trông có vẻ là một tín hữu tốt. Nhưng sao trông anh ấy có vẻ không nhận được nhiều phước hạnh? Nếu người đó là một môn đệ thật của Đấng Christ sống hằng ngày với đức tin thật, chúng ta sẽ thấy Đức Chúa Trời ban phước cho anh ấy những điều tốt nhất.

Như đã được chép trong 3 Giăng 1:2, *"Hỡi kẻ rất yêu dấu,*

tôi cầu nguyện cho anh được thạnh vượng trong mọi sự, và được khoẻ mạnh phần xác anh cũng như đã được thạnh vượng về phần linh hồn anh vậy." Đức Chúa Trời ban phước cho chúng ta để linh hồn chúng ta được thịnh vượng, trước khi ban phước những thứ khác. Nếu chúng ta sống giống như con cái thánh khiết của Đức Chúa Trời, quăng tất cả những điều xấu xa ra khỏi lòng chúng ta và vâng theo các điều răn của Ngài, thì chắc chắn Đức Chúa Trời sẽ ban phước cho chúng ta để tất cả đều được thạnh vượng, bao gồm cả sức khỏe của chúng ta.

Nhưng nếu có ai – linh hồn không được thịnh vượng – trông có vẻ anh ấy đang nhận được nhiều phước hạnh vật chất, thì chúng ta không thể nói đó là một phước hạnh từ Đức Chúa Trời. Trong trường hợp đó, sự giàu có của anh ta có thể hoàn toàn khiến anh trở nên tham lam. Sự tham lam của anh ta có thể sinh ra tội lỗi, và lần lần thì cuối cùng anh ta có thể xa cách với Đức Chúa Trời.

Khi hoàn cảnh khó khăn, người ta có thể tin cậy Đức Chúa Trời với một lòng thánh sạch và sốt sắng phục vụ Ngài bằng tình yêu thương. Nhưng thường thì, sau khi nhận được những phước hạnh vật chất trong việc làm ăn của họ hay ở nơi làm việc, lòng của họ bắt đầu khao khát những thứ ở thế gian này hơn và bắt đầu có những lời bào chữa về việc quá bận rộn, và cuối cùng họ trở thành kẻ xa cách Đức Chúa Trời. Khi những lợi nhuận hay những phần kiếm được ở mức thấp, họ có khuynh hướng dâng đủ một phần mười vì lòng biết ơn, nhưng khi các phần kiếm được của họ tăng lên, và phần mười của họ cũng phải tăng lên, thì lòng của họ dễ bị lay động. Nếu tấm lòng của chúng ta thay đổi, và chúng ta trở thành xa cách với lời Đức Chúa Trời và cuối cùng trở nên giống như người của thế giới trần tục, sau đó những phước chúng ta nhận có thể hoàn toàn kết thúc là sự rủi ro.

Tuy nhiên, những người có linh hồn được thạnh vượng sẽ không tham lam những thứ thuộc về thế gian này, và thậm chí nếu họ nhận được những phước hạnh về sự tôn quý và giàu sang từ Đức Chúa Trời, thì họ cũng không trở nên tham lam. Và họ sẽ không cằn nhằn hay phàn nàn chỉ vì họ không có những thứ tốt của thế gian này; vì họ sẵn lòng dâng mọi thứ mình có – ngay cả mạng sống của họ – cho Đức Chúa Trời.

Những người có linh hồn được thịnh vượng, sẽ bảo vệ được đức tin của họ và hầu việc Đức Chúa Trời cho dù họ đang ở trong hoàn cảnh nào, dùng những phước hạnh họ nhận từ Đức Chúa Trời chỉ cho vương quốc của Ngài và cho sự vinh hiển của Ngài. Và vì những người có linh hồn được thạnh vượng không có khuynh hướng đuổi theo những thú vui của thế gian, hay lang thang tìm kiếm những thú vui, hay bước đi theo con đường của sự chết, nên Đức Chúa Trời sẽ ban phước cho họ dư dật, và ngày càng nhiều.

Đây là lý do mà những phước hạnh thuộc linh quan trọng hơn những phước hạnh thuộc thể của thế gian này, chúng tan đi như mây khói. Và như vậy, quan trọng hơn hết, chúng ta phải nhận những phước hạnh thuộc linh trước.

Chúng Ta Đừng Bao Giờ Tìm Kiếm Những Phước Hạnh Thuộc Linh của Đức Chúa Trời để Thỏa Mãn Những Ham Muốn Thế Gian

Dù chúng ta chưa nhận được những phước hạnh thuộc linh cho linh hồn của chúng ta được thạnh vượng, thì chúng ta cứ tiếp tục bước đi trên con đường của sự công bình và tìm kiếm Đức Chúa Trời với đức tin, Ngài sẽ đổ đầy cho chúng ta khi đúng thời điểm. Người ta cầu nguyện cho điều gì đó xảy ra ngay; tuy nhiên, có khi một lần và có khi phải trong một thời gian dài đối với mọi thứ ở dưới trời, và Đức Chúa Trời biết thời điểm tốt nhất. Có nhiều khi Đức Chúa Trời cho chúng ta chờ đợi để Ngài có thể ban cho chúng ta những phước hạnh lớn hơn.

Nếu chúng ta đang cầu xin Đức Chúa Trời điều gì đó vì đức tin thật, thì chúng ta sẽ nhận được quyền năng để tiếp tục cầu nguyện cho đến khi chúng ta nhận được sự đáp lời. Nhưng nếu chúng ta đang cầu xin Đức Chúa Trời về một điều gì đó vì những ham muốn xác thịt, thì dù chúng ta có cầu nguyện bao lâu đi chăng nữa, chúng ta cũng không nhận được đức tin để tin thật, và chúng ta sẽ không nhận được sự đáp lời từ Ngài.

Gia-cơ 4:2-3 nói, *"Anh em tham muốn mà chẳng được chi; anh em giết người và ghen ghét mà chẳng được việc gì hết; anh em có sự tranh cạnh và chiến đấu; anh em chẳng được chi, vì không cầu xin. Anh em cầu xin mà không nhận lãnh được, vì cầu xin trái lẽ, để dùng trong tư dục mình."* Đức Chúa Trời không thể đáp lời chúng ta khi chúng ta cầu xin điều gì đó để thỏa mãn những ham muốn thế gian. Nếu một sinh viên trẻ xin tiền ba mẹ để mua những thứ mà cậu ta không nên mua, thì ba mẹ không nên cho cậu ta tiền.

Đó là lý do chúng ta không nên cầu nguyện và tìm kiếm bằng những ý tưởng riêng của chúng ta, nhưng hãy bằng quyền năng của Đức Thánh Linh, chúng ta nên cầu nguyện cho những gì theo ý muốn của Đức Chúa Trời (Giu-đe 1:20). Đức Thánh linh biết tấm lòng của Đức Chúa Trời, và Ngài có thể hiểu những gì sâu thẳm của Đức Chúa Trời; vì thế, nếu bạn tin cậy vào sự hướng dẫn của Đức Thánh Linh trong lúc cầu nguyện, bạn có thể nhanh chóng nhận sự đáp lời của Đức Chúa Trời cho từng lời cầu nguyện.

Vậy chúng ta tin cậy vào sự hướng dẫn của Đức Thánh Linh và cầu nguyện theo ý muốn của Đức Chúa Trời như thế nào?

Thứ nhất, chúng ta phải tự trang bị cho mình bằng lời Đức Chúa Trời, và áp dụng lời Ngài vào trong đời sống của chúng ta, để tấm lòng của chúng ta có thể trở nên giống Chúa Giê-su Christ. Nếu chúng ta có tấm lòng giống Đấng Christ, thì tự nhiên chúng ta sẽ cầu nguyện theo ý muốn của Đức Chúa Trời, và chúng ta có thể nhanh chóng nhận được sự đáp lời cho mọi lời cầu nguyện của chúng ta. Đây là vì Đức Thánh Linh, Đấng biết tấm lòng của Đức Chúa Trời, sẽ dò xét tấm lòng của chúng ta để chúng ta có thể xin những điều mà chúng ta cần thật.

Cũng như trong Ma-thi-ơ 6:33 nói, *"Nhưng trước hết, hãy*

tìm kiếm nước Đức Chúa Trời và sự công bình của Ngài, thì Ngài sẽ cho thêm các ngươi mọi điều ấy nữa." tìm kiếm Đức Chúa Trời và vương quốc của Ngài trước hết, và sau đó mới cầu xin cho những gì bạn cần. Nếu bạn cầu nguyện tìm kiếm ý muốn của Đức Chúa Trời trước hết, thì bạn sẽ kinh nghiệm Đức Chúa Trời đổ phước hạnh xuống đời sống của bạn hầu cho chén của bạn được đầy tràn mọi thứ bạn cần ở đây trên đất này, và ngày càng nhiều.

Đó là lý do chúng ta phải tiếp tục dâng lên những lời cầu nguyện thật và hết lòng cho Đức Chúa Trời. Khi bạn tích trữ những lời cầu nguyện quyền năng bằng sự hướng dẫn của Đức Thánh Linh hằng ngày, bất cứ sự tham lam hay những bản chất tội lỗi nào hãy loại bỏ ra khỏi lòng của bạn là tốt, và bạn sẽ nhận được những gì bạn xin trong khi cầu nguyện.

Sứ đồ Phao-lô là công dân của Đế Chế La-mã và được học dưới chân của Ga-ma-li-ên, học giả giỏi nhất và hiểu biết nhất trong thời của ông. Tuy nhiên, Phao-lô không quan tâm vào những gì của thế gian này. Vì Đấng Christ, ông xem mọi thứ ông có như rơm rác, những điều chúng ta cần phải yêu và khao khát nhất là những bài giảng của Chúa Giê-su, hay những lời trong lẽ thật.

Nếu chúng ta giành được tất cả của cải, sự tôn trọng, quyền lực,...của thế gian này, mà chúng ta không có sự sống đời đời, thì những cái này có ích gì? Nhưng nếu, như sứ đồ Phao-lô, chúng ta phải bỏ hết những sự giàu có của thế gian này và sống theo ý muốn của Đức Chúa Trời, thì Đức Chúa Trời chắc chắn sẽ ban phước cho chúng ta hầu cho linh hồn chúng ta được thạnh vượng. Và như vậy chúng ta sẽ được gọi là "lớn" trong nước thiên đàng, và cũng được trở nên thành công trong mọi lãnh vực đời sống của chúng ta ở đây trên đất này.

Vậy tôi cầu nguyện để các bạn bỏ hết được bất cứ sự tham lam hay ham muốn nào ra khỏi tấm lòng và đời sống của các bạn, trong khi sốt sắng tìm kiếm sự thỏa lòng với những gì các bạn đã có, cũng như giữ hy vọng về thiên đàng. Tôi mong bạn sẽ luôn luôn có một đời sống tuôn tràn sự cảm tạ và vui mừng.

Chương 12

Tuân Thủ Luật Pháp Của Đức Chúa Trời

Châm Ngôn 8:17

"Ta yêu mến những người yêu mến ta, phàm ai tìm kiếm ta sẽ gặp được ta."

Trong Ma-thi-ơ chương 22, có cảnh một trong những người Pha-ri-si hỏi Chúa Giê-su điều răn nào là lớn nhất trong luật pháp. Chúa Giê-su đáp rằng, *"Ngươi hãy hết lòng, hết linh hồn, hết ý mà yêu mến Chúa, là Đức Chúa Trời ngươi. Ấy là điều răn thứ nhứt và lớn hơn hết. Còn điều răn thứ hai đây, cũng như vậy: Ngươi hãy yêu kẻ lân cận như mình. Hết thảy luật pháp và lời tiên tri đều bởi hai điều răn đó mà ra"* (Ma-thi-ơ 22:37-40).

Nghĩa là nếu chúng ta hết lòng, hết linh hồn, hết ý mà yêu mến Đức Chúa Trời và yêu người lân cận như chính mình, thì chúng ta có thể dễ dàng vâng giữ hết mọi điều răn khác.

Nếu chúng ta thực sự yêu mến Đức Chúa Trời, làm sao chúng ta có thể phạm những tội mà Đức Chúa Trời ghét? Và nếu chúng ta yêu người lân cận như chính mình, thì làm sao chúng ta có thể hành động ác nghịch lại họ?

Tại Sao Đức Chúa Trời Ban Cho Chúng Ta Những Điều Răn Của Ngài

Vậy, tại sao Đức Chúa Trời lại ban cho chúng ta từng điều răn một trong Mười Điều Răn, thay vì chỉ phán với chúng ta, "Hãy yêu Đức Chúa Trời và cũng hãy yêu người lân cận như chính mình."?

Đây là vì trong thời Cựu Ước, trước thời đại của Đức Thánh Linh, khó cho mọi người thực sự hết lòng yêu mến nên qua Mười Điều Răn, ban cho dân Y-sơ-ra-ên chỉ đủ thúc ép vâng phục Ngài, Đức Chúa Trời dẫn dắt họ yêu mến Ngài và kính sợ Ngài, cũng như yêu người lân cận qua hành động của họ.

Ban đầu, chúng ta xem kỹ từng điều răn một, nhưng bây giờ hãy xem các điều răn như được chia thành hai nhóm lớn; yêu Đức Chúa Trời, và yêu người lân cận mình.

Các điều răn 1 đến 4 có thể được tóm lại là, "Hãy hết lòng, hết linh hồn, hết ý mà yêu mến Chúa, là Đức Chúa Trời ngươi." Hầu việc chỉ một Đức Chúa Trời Đấng Sáng Tạo, không làm các hình tượng giả hay thờ phượng chúng, hãy cẩn thận không dùng sai danh Đức Chúa Trời, và giữ ngày Sa-bát làm ngày thánh là tất cả các cách yêu Đức Chúa Trời.

Điều răn thứ 5 đến 10 có thể được tóm tắt lại như là "Yêu người lân cận như mình." Hiếu kính cha mẹ, cảnh báo về tội giết người, trộm cắp, làm chứng dối, tham lam,..., đều là những phương cách ngăn chặn hành động gian ác nghịch lại những người khác, hay người lân cận mình. Nếu chúng ta yêu người lân cận như chính mình, chúng ta sẽ không muốn họ phải chịu đựng đau đớn, nên chúng ta có thể vâng giữ những điều răn Ngài.

Chúng Ta Phải Yêu Mến Đức Chúa Trời từ Đáy Lòng Chúng Ta

Đức Chúa Trời không bắt ép chúng ta vâng giữ các điều răn của Ngài. Ngài dẫn dắt chúng ta vâng giữ chúng vì tình yêu riêng của chúng ta đối với Ngài. Như đã được chép trong Rô-ma 5:8, *"Nhưng Đức Chúa Trời tỏ lòng yêu thương Ngài đối với chúng ta, khi chúng ta còn là người có tội, thì Đấng Christ vì chúng ta chịu chết."*

Khó tìm thấy ai sẵn lòng chết thế cho một người tốt, hoặc công bình, hay thậm chí là một người bạn thân, nhưng Đức Chúa Trời đã sai Con Ngài và là Con độc sanh xuống chết thế cho tội nhân để giải cứu họ khỏi sự rủa sả mà họ phải chịu theo Luật Pháp. Nên Đức Chúa Trời đã tỏ tình yêu thương trội hơn sự công bình.

Và như đã được chép trong Rô-ma 5:5, *"Vả, sự trông cậy không làm cho hổ thẹn, vì sự yêu thương của Đức Chúa Trời rải khắp trong lòng chúng ta bởi Đức Thánh Linh đã được ban cho chúng ta."* Đức Chúa Trời ban Đức Thánh Linh xuống cho tất cả con cái của Ngài, là những người tiếp nhận Chúa Giê-su Christ như một quà tặng, nên họ có thể hiểu hết được tình yêu của Đức Chúa Trời.

Đây là lý do những người được cứu bởi đức tin và chịu phép báp-tem bằng nước và bằng Đức Thánh Linh có thể yêu mến Đức Chúa Trời không chỉ bằng tâm thần của họ, mà thực sự còn từ sâu thẳm trong lòng của họ, cho họ tuân thủ hết các điều răn của Ngài vì sự yêu mến Ngài thật.

Ý Muốn Ban Đầu của Đức Chúa Trời

Ban đầu, Đức Chúa Trời đã sáng tạo ra con người vì Ngài khao khát có con cái thật, người Ngài có thể yêu, và người có thể trở lại yêu Ngài, bằng ý muốn tự do riêng của họ. Nhưng nếu ai vâng giữ tất cả mọi điều răn của Đức Chúa Trời mà không yêu mến Đức Chúa Trời, thì làm sao chúng ta có thể nói người ấy là con cái thật của Đức Chúa Trời?

Một tá điền làm việc vì tiền công không thể nào thừa hưởng được gia sản của ông chủ mình, mà chỉ có con trai của ông chủ, người hoàn toàn khác với tá điền, mới có thể thừa hưởng gia sản. Cũng giống như vậy, những ai vâng giữ hết mọi điều răn của Đức Chúa Trời mới có thể nhận được những phước hạnh đã hứa của Đức Chúa Trời, nhưng nếu họ không hiểu tình yêu của Đức Chúa Trời, thì họ không thể nào là con cái thật của Đức Chúa Trời.

Vì thế những ai hiểu được tình yêu của Đức Chúa Trời và tuân thủ hết mọi điều răn của Ngài thì thừa hưởng được thiên đàng và có thể sống ở nơi đẹp nhất của thiên đàng như một người con thật của Đức Chúa Trời. Và sống bên cạnh Cha, người ấy có thể sống trong vinh hiển và chiếu sáng như mặt trời, cho đến đời đời.

Đức Chúa Trời muốn tất cả mọi người đều nhận được sự cứu rỗi qua huyết của Chúa Giê-su Christ và yêu mến Ngài từ tận đáy lòng để sống với Ngài trong Giê-ru-sa-lem Mới, ngai của Ngài, và chia sẻ tình yêu của Ngài cho đến đời đời. Đây là lý do Chúa Giê-su phán trong Ma-thi-ơ 5:17 nói, *"Các ngươi đừng tưởng ta đến đặng phá luật pháp hay là lời tiên tri, ta đến không phải để phá, song để làm cho trọn."*

Bằng Chứng Chúng ta Yêu Đức Chúa Trời Bao Nhiêu

Cũng vậy, chỉ khi nào hiểu lý do thật mà Đức Chúa Trời đã ban cho chúng ta các điều răn Ngài thì chúng ta mới có thể làm trọn Luật Pháp, qua tình yêu chúng ta dành cho Đức Chúa Trời. Vì chúng ta có các điều răn, hay luật pháp, chúng ta có thể bày tỏ "tình yêu" theo qui luật tự nhiên, là một khái niệm trừu tượng khó nhìn thấy bằng con mắt vật lý.

Nếu một số người nói, "Đức Chúa Trời ơi, Con yêu Ngài bằng tất cả tấm lòng con, xin Ngài ban phước cho con," làm sao Đức Chúa Trời của sự công bình lại công nhận lời nói đó có giá trị, nếu không có một chuẩn mực nào để kiểm tra họ, trước khi ban phước cho họ? Vì chúng ta có một chuẩn mực, các điều răn hay Luật Pháp, chúng ta có thể thấy nếu như họ thực sự yêu mến

Đức Chúa Trời bằng cả tấm lòng của họ. Nếu họ nói bằng môi miệng của họ rằng họ yêu Đức Chúa Trời, nhưng lại không giữ ngày Sa-bát làm ngày thánh như Đức Chúa Trời đã truyền dạy cho chúng ta, thì chúng ta có thể thấy họ không thực sự yêu mến Đức Chúa Trời.

Nên các điều răn của Đức Chúa Trời là một chuẩn mực mà chúng ta có thể kiểm tra, hoặc xem như bằng chứng, chúng ta yêu Đức Chúa Trời bao nhiêu.

Đó là lý do mà 1 Giăng 5:3 nói, *"Vì nầy là sự yêu mến Đức Chúa Trời, tức là chúng ta vâng giữ điều răn Ngài. Điều răn của Ngài chẳng phải là nặng nề."*

Tôi Yêu Những Người Yêu Tôi

Những phước hạnh chúng ta nhận được từ Đức Chúa Trời là kết quả của sự vâng giữ các điều răn Ngài, là những phước hạnh mà không hề biến mất hay tan đi.

Thí dụ, Chuyện gì đã xảy ra với Đa-ni-ên, người làm đẹp lòng Đức Chúa Trời vì người có đức tin thật và người chẳng bao giờ thỏa hiệp với thế gian?

Đa-ni-ên bắt đầu từ chi phái Giu-đa, và là một con cháu của gia đình hoàng gia. Nhưng khi phía Nam Giu-đa đã phạm tội nghịch cùng Đức Chúa Trời, Nê-bu-cát-nết-sa Vua của Ba-by-lôn đã có cuộc xâm chiếm đầu tiên trên dân tộc này vào năm 605 B.C. Vào thời điểm này, Đa-ni-ên, người còn rất trẻ, bị dẫn đến ba-by-lôn làm phu tù.

Theo chính sách tiếp nhận văn hóa của Vua, Đa-ni-ên và một số người trai trẻ khác là những người cũng bị bắt giam, được chọn để sống trong cung điện của Nê-bu-cát-nết-sa và nhận học thức của người Canh-đê trong ba năm.

Trong suốt thời gian này, Đa-ni-ên đề nghị không ăn khẩu phần ăn và rượu hằng ngày của vua, sợ làm cho mình bị ô uế bởi thức ăn mà Đức Chúa Trời cấm không được ăn. Là một người bị làm phu tù, ông không có quyền từ chối thức ăn đã được vua chỉ định, nhưng Đa-ni-ên muốn làm những gì ông có thể để giữ đức tin mình thánh sạch trước mặt Đức Chúa Trời.

Và nhìn vào tấm lòng chân thật của Đa-ni-ên, Đức Chúa Trời đã vận hành trong lòng của người làm đầu hoạn quan để Đa-ni-ên không phải ăn hay uống thức ăn và rượu của vua.

Và thời gian trôi qua, Đa-ni-ên vẫn hoàn toàn tuân thủ các điều răn của Đức Chúa Trời, được đấy lên chức thừa tướng của một nước ngoại bang, Ba-by-lôn. Vì Đa-ni-ên có đức tin vững vàng đã giữ ông không thỏa hiệp với thế gian, Đức Chúa Trời lấy làm đẹp lòng về ông. Nên mặc dù các nước đã thay đổi, và các vua cũng đã thay đổi, nhưng Đa-ni-ên vẫn trọn vẹn trong mọi đường lối của mình, và còn tiếp tục nhận được tình yêu của Đức Chúa Trời.

Ai Tìm Kiếm Ta Sẽ Gặp

Chúng ta vẫn có thể tìm thấy loại phước hạnh này ngày hôm nay. Cho những người có đức tin giống như Đa-ni-ên, không thỏa hiệp với thế gian và vui mừng tuân thủ các điều răn của Đức Chúa Trời, chúng ta có thể thấy Đức Chúa Trời ban phước cho người đầy tràn mọi phước hạnh.

Khoảng mười năm trước, một trong những trưởng lão của chúng tôi đã làm việc cho một trong những công ty hàng đầu về tài chính ở trong nước. Để thu hút khách hàng của họ, công ty chiêu đãi đồ uống cho các khách hàng của họ vào các buổi họp thường xuyên, và các buổi họp vàng vào những ngày cuối tuần cũng phải vậy. Lúc đó, người trưởng lão của chúng tôi là một chấp sự, và sau khi nhận địa vị này, cũng lại hiểu thực sự tình yêu của Đức Chúa Trời, nên dù công ty có những hình thức thế gian, ông cũng không bao giờ uống với khách hàng của mình, và ông không bao giờ quên không thờ phượng Đức Chúa Trời vào những ngày Chúa Nhật.

Một ngày kia, Chủ Tịch Hội Đồng Quản Trị nói với ông, "Hãy chọn giữa công ty này hay là hội thánh của anh." Là một người có bản chất vững vàng, thậm chí ông không cần phải suy nghĩ nhiều trước khi trả lời, "Công ty này quan trọng đối với tôi, nhưng nếu ông yêu cầu tôi chọn giữa công ty và hội thánh của tôi, thì tôi sẽ chọn hội thánh."

Thật kỳ diệu, Đức Chúa Trời đã vận hành trong lòng người

Chủ Tịch Hội Đồng Quản Trị, ông ta tin cậy người trưởng lão này hơn, và thăng tiến cho người trưởng lão. Đó chưa phải là tất cả, ít lâu sau, theo hàng loạt các sự thăng tiến, người trưởng lão này đã thăng lên đến chức Chủ Tịch Hội Đồng Quản Trị của một công ty!

Nên khi chúng ta yêu mến Đức Chúa Trời và cố gắng tuân thủ mọi điều răn của Ngài, thì Đức Chúa Trời sẽ dấy chúng ta lên trội hơn những gì chúng ta làm, và Ngài ban phước cho chúng ta trong mọi lãnh vực của cuộc sống.

Không giống như luật pháp mà xã hội làm, những lời hứa của Đức Chúa Trời không hề thay đổi. Dù chúng ta đang sống trong thời điểm nào, và dù chúng ta là ai, nếu chúng ta tuyệt đối vâng giữ và sống theo lời Đức Chúa Trời, thì chúng ta có thể nhận được những phước hạnh đã hứa của Đức Chúa Trời.

Tuân Thủ Luật Pháp Của Đức Chúa Trời

Vì vậy, Mười Điều Răn hay Luật Pháp mà Đức Chúa Trời ban cho Môi-se, dạy chúng ta chuẩn mực hầu cho chúng ta có thể nhận được tình yêu và phước hạnh của Đức Chúa Trời.

Và như đã được chép trong Châm Ngôn 8:17, *"Ta yêu mến những người yêu mến ta, phàm ai tìm kiếm ta sẽ gặp ta."* Chúng ta càng tuân thủ luật pháp của Ngài bao nhiêu, thì chúng ta càng có thể nhận tình yêu và phước hạnh của Ngài bấy nhiêu.

Chúa Giê-su phán trong Giăng 14:21, *"Ai có các điều răn của ta và vâng giữ lấy, ấy là kẻ yêu mến ta; người nào yêu mến ta sẽ được Cha ta yêu lại, ta cũng sẽ yêu người, và tỏ cho người biết ta."*

Luật pháp của Đức Chúa Trời dường như nặng nề hay ép buộc phải không? Nhưng nếu chúng ta thực sự yêu mến Đức Chúa Trời từ tận đáy lòng mình, chúng ta có thể vâng giữ chúng. Và nếu tự xưng mình là con cái của Đức Chúa Trời, thì tự nhiên chúng ta sẽ tuân thủ chúng.

Đây là cách nhận được tình yêu của Đức Chúa Trời, cách ở cùng Đức Chúa trời, gặp gỡ Đức Chúa Trời, và nhận sự đáp lời của Ngài cho những lời cầu nguyện của chúng ta. Quan trọng nhất, luật pháp của Ngài giữ chúng ta tránh xa khỏi tội lỗi và tiến vào con đường của sự cứu rỗi, bởi vậy Luật Pháp của Ngài thật là một phước hạnh lớn!

Tổ phụ đức tin như Áp-ra-ham, Đa-ni-ên và Giô-sép, vì họ cẩn thận tuân theo Luật Pháp của Ngài, nên đã nhận được những phước hạnh trổi hơn các nước. Họ đã nhận được những phước hạnh khi đi vào và họ cũng nhận được những phước hạnh khi đi ra. Không chỉ họ thích những phước hạnh như này trong mọi lãnh vực trong đời sống họ, mà còn ở trên thiên đàng, họ đã nhận phước hạnh bước vào sự vinh hiển chiếu sáng như mặt trời.

Tôi cầu nguyện trong danh của Chúa rằng bạn sẽ tiếp tục

hướng tai mình nghe lời của Đức Chúa Trời và ham thích Luật Pháp của CHÚA và suy gẫm luật pháp ấy ngày và đêm,và như thế là hoàn toàn tuân thủ mọi điều răn.

"Xin hãy xem tôi yêu mến giềng mối Chúa dường bao!
Hỡi Đức Giê-hô-va,
xin hãy khiến tôi được sống tùy sự nhân từ Ngài.
Phàm kẻ nào yêu mến luật pháp Chúa được bình yên lớn;
Chẳng có sự gì gây cho họ sa ngã.
Hỡi Đức Giê-hô-va,
tôi có trông cậy nơi sự cứu rỗi của Ngài.
Và làm theo các điều răn Ngài.
Nguyện lưỡi tôi hát xướng về lời Chúa;
Vì hết thảy điều răn Chúa là công bình"
(Thi Thiên 119:159, 165, 166, 172).

Tác Giả:
Tiến Sĩ Jaerock Lee

Tiến Sĩ Jaerock Lee sinh trưởng tại Muan, tỉnh phận Jeonnam, Cộng Hòa Nhân Dân Triều Tiên, năm 1943. Những năm tháng của tuổi hai mươi, Mục sư Lee đã phải trải qua rất nhiều căn bệnh nan y, trong bảy năm trường đầy tuyệt vọng, vô phương cứu chữa, ông chỉ còn biết chờ chết. Một ngày kia, vào mùa xuân 1974, được chị gái đưa đến nhà thờ, khi quỳ xuống cầu nguyện, Đức Chúa Trời hằng sống đã chữa lành mọi bệnh tật ông ngay tức khắc.

Qua kinh nghiệm kỳ diệu đó, Mục sư Lee đã gặp được Đức Chúa Trời hằng sống, ông đã dâng trọn tấm lòng thành kính lên Ngài, năm 1978, ông được kêu gọi bước vào con đường hầu việc Đức Chúa Trời. Ông hết lòng cầu nguyện để hiểu rõ ý muốn Ngài và hoàn thành sứ mạng một cách tốt nhất, ông vâng phục tất cả các mạng lệnh. Năm 1982, ông sáng lập Hội Thánh Manmin Joong-ang tại Seoul, Hàn Quốc, tại đây nhiều công việc của Chúa kể cả những phép lạ chữa lành, những dấu lạ đã và đang xảy ra đến mức không kể xiết.

Năm 1986, Mục sư Lee được thụ phong tại Hội Thánh Annual Assembly Jesus Sungkyul Hàn Quốc, bốn năm sau, 1990, những bài giảng luận của ông bắt đầu được phát sóng bởi Tập Đoàn Phát Thanh Viễn Đông, Đài Phát Thanh Á Châu, và Hệ thống Truyền thanh Cơ Đốc Nhân Washington, Úc, Nga, Philipines, và nhiều quốc gia khác.

Ba năm sau, 1993, Hội Thánh Manmin Joong-ang được tạp chí *Cơ Đốc Nhân Thế Giới* (US) tuyển chọn, xếp vào "50 Hội Thánh Hàng Đầu Thế Giới" và ông nhận học vị Tiến Sĩ Danh Dự Thần Học của Trường Đại Học Niềm Tin Cơ Đốc Nhân, Florida, USA, năm 1996, nhận học vị Tiến sĩ Mục Vụ tại Trường Thần Học Kingsway, Iowa, USA.

Kể từ năm 1993, Mục sư Lee đã bước vào sứ mạng truyền giáo Toàn cầu qua nhiều chiến dịch hải ngoại tại Hoa Kỳ, Tanzania, Argentina, L.A., Baltimore City, Hawaii, and New York City of the USA Uganda, Japan, Pakistan, Kenya, Philippines, Honduras, India, Russia, Germany, Peru, Cộng Hòa Dân Nhân Dân Công Gô, và Y-sơ-ra-ên và Estonia.

Năm 2002, ông được tờ báo chuyên đề Cơ Đốc Nhân Hàn Quốc gọi là "Nhà phục hưng toàn cầu" vì chức vụ đầy quyền năng của ông trong nhiều chiến dịch hải ngoại. Đặc biệt, 'Chiến Dịch New York 2006' của ông được tổ chức tại Madison Square Garden, đấu trường nổi tiếng nhất thế giới, đã được phát sóng đến 220 quốc gia, và trong 'Chiến Dịch Liên Hiệp Y-sơ-ra-ên 2009' của ông được tổ chức tại Trung Tâm Hội Nghị Quốc Tế tại Giê-ru-sa-lem, ông đã dạn dĩ công bố Đức Chúa Giê-su Christ là Đấng Mê-si-a và là Đấng Cứu Thế. Bài giảng của ông được phát đến 176 quốc gia qua vệ tinh kể cả GCN TV và ông đã được liệt vào một trong mười lãnh đạo Cơ Đốc có ảnh hưởng nhất của năm 2009 và 2010 bởi một tạp chí Cơ Đốc nổi tiếng của Nga và một cơ quan *Báo Điện Tử Cơ Đốc* vì chức vụ đầy quyền năng của ông được phát sóng qua vô tuyến truyền hình và mục vụ đối với hội thánh hải ngoại của ông.

Trong tháng 2 năm 2019, Hội Thánh Trung Tâm Manmin có đến hơn 130.000 thành viên. Có 11.000 hội thánh thành viên trên toàn cầu kể cả 54 hội thánh thành viên trong nước, cho đến nay có hơn 99 giáo sĩ đã làm công tác truyền giáo đến 27 quốc gia, bao gồm Hoa Kỳ, Nga, Đức, Ca-na-đa, Nhật, Trung Quốc, Pháp, Ấn Độ, Kenya, và nhiều quốc gia khác.

Cho đến ngày xuất bản sách này, Tiến Sĩ Lee đã viết được 115 cuốn sách, trong đó có những cuốn rất được ưa chuộng như, *Ném Trải Cuộc Sống Đời Đời Trước Khi Chết, Đời Tôi và Niềm Tin I & II, Sứ Điệp Thập Tự Giá, Tầm Thước Đức Tin, Thiên Đàng I & II, Địa Ngục,* và *Quyền Năng Đức Chúa Trời*. Những tác phẩm của ông đã được phiên dịch trên 75 ngôn ngữ khác nhau.

Các mục báo Cơ Đốc của ông xuất hiện trên *The Hankook Ilbo, The JoongAng Daily, The Dong-A Ilbo, The Munhwa Ilbo, The Seoul Shinmun, The Kyunghyang Shinmun, The Hankyoreh Shinmun, The Korea Economic Daily, The Shisa News,* và *The Christian Press.*

Tiến Sĩ Lee hiện nay là lãnh đạo của nhiều tổ chức truyền giáo và hiệp hội, bao gồm: Chủ Tọa Liên Hiệp Hội Thánh Phúc Âm Đấng Christ; Nhà Sáng Lập & Ban Chủ Tọa Mạng Lưới Cơ Đốc Nhân Toàn Cầu (GCN), Mạng Lưới Bác Sĩ Cơ Đốc Nhân Toàn Cầu (WCDN), và Trường Thần Học Quốc Tế Manmin (MIS).

Những sách khác đầy quyền năng cùng tác giả

Thiên Đàng I & II

Một bản phát thảo chi tiết về một môi trường sống huy hoàng tráng lệ mà những công dân thiên đàng sẽ vui sống và một sự mô tả tuyệt vời về những cấp độ khác nhau của các vương quốc thiên đàng.

Sứ Điệp Thập Tự Giá

Một sứ điệp thức tỉnh đầy quyền năng dành cho những ai đang trong tình trạng ngủ mê thuộc linh! Qua sách nầy chúng ta sẽ nhận biết được lý do tại sao Giê-su là Cứu Chúa duy nhất và tình yêu chân thật của Đức Chúa Trời.

Địa Ngục

Một sứ sứ điệp tha thiết nhất gởi đến toàn nhân loại từ Đức Chúa Trời, Đấng không muốn một linh hồn nào vực sâu địa ngục! chúng ta sẽ khám phá một điều chưa từng được biết về thực tế thảm khốc của Hạ Tầng Âm Phủ và địa ngục.

Linh, Hồn, và Thân Thể I & II

Sách kim chỉ nam đem lại cho chúng ta sự hiểu biết thuộc linh về linh, hồn, và thân thể, đồng thời giúp chúng ta nhận biết được 'bản ngã' mình hầu cho chúng ta có được quyền năng đánh bại thế lực tối tăm và trở nên con người thuộc linh.

Tầm Thước Đức Tin

Nơi ở và vương miện nào trên thiên đàng đang chờ chúng ta? Sách nầy cung cấp cho chúng ta sự khôn ngoan và hướng dẫn chúng ta phương cách để có thể biết được lượng đức tin của mình và trưởng dưỡng lượng đức tin ấy một cách tốt nhất và trưởng thành nhất.

Thức Tỉnh Y-sơ-ra-ên

Tại sao Đức Chúa Trời luôn đoái xem đến Y-sơ-ra-ên từ buổi sáng thế cho đến ngày nay? Ơn phước nào đã được sắm sẵn cho Y-sơ-ra-ên, kẻ đang chờ đợi Đấng Mê-si-a, trong những ngày sau cuối?

Đời Tôi và Niềm Tin I & II

Một mùi hương thiêng liêng tuyệt vời nhất qua đời sống của Dr. Jaerock Lee được chiết xuất từ tình yêu của Đức Chúa Trời được trổ hoa trong giữa đợt sóng đen tối, ách lạnh lùng và những thất vọng khó lường nhất.

Quyền Năng Đức Chúa Trời

Một cuốn sách nhất thiết phải đọc, nó như một sự hướng dẫn cần thiết để qua đó người ta có thể có được đức tin thật và kinh nghiệm về quyền năng kỳ diệu của Đức Chúa Trời.

www.urimbooks.com

www.ingramcontent.com/pod-product-compliance
Lightning Source LLC
LaVergne TN
LVHW041805060526
838201LV00046B/1135